பசும்பொன் முத்துராமலிங்க தேவர்

D1763673

குகன்

வானவில் புத்தகாலயம்
உங்கள் வண்ணக் கனவுகள் நனவாக...
10/2 (8/2) போலீஸ் குவார்ட்டர்ஸ் சாலை
(தியாகராயநகர் பேருந்து நிலையத்திற்கும்
காவல் நிலையத்திற்கும் இடைப்பட்ட சாலை)
தியாகராயநகர், சென்னை – 600 017
தொலைபேசி : 24342771, 65279654
கைபேசி: 7200073082
மின்னஞ்சல்: vanavilputhakalayam@gmail.com

Title:

Pasumpon Muthuramalinga Thevar

Author:

Guhan

Address:

VANAVIL PUTHAKALAYAM
10/2(8/2) Police Quarters Road (Ist Floor),
(Between Thiyagaraya Nagar Bus Stop & Police Station)
Thiyagaraya Nagar, Chennai - 17
Phone: 2986 0070, 2434 2771
Cell: **72**000**5**00**73**
e-mail : vanavilputhakalayam@gmail.com

Edition:
First : October, 2014
Second : February, 2016
Third : September, 2019
Fourth : December, 2022

No part of this book may be reproduced or transmitted in any form without permission in writing from the author or publisher

Pages: 152

Price : ₹ **233**

தலைப்பு :
பசும்பொன்
முத்துராமலிங்க தேவர்

நூலாசிரியர் :
குகன்

முதற்பதிப்பு : **அக்டோபர், 2014**
இரண்டாம் பதிப்பு : **பிப்ரவரி, 2016**
மூன்றாம் பதிப்பு : **செப்டம்பர், 2019**
நான்காம் பதிப்பு : **டிசம்பர், 2022**

பக்கங்கள் : 152

விலை : ₹ 233

வானவில் புத்தகாலயம்
10/2 (8/2) போலீஸ் குவார்ட்டர்ஸ் சாலை (முதல் தளம்)
(தியாகராய நகர் பேருந்து நிலையத்திற்கும் காவல் நிலையத்திற்கும் இடைப்பட்ட சாலை)
தியாகராய நகர், சென்னை – 600 017
தொலைபேசி : 2986 0070, 2434 2771
செல்பேசி: **72**000**5**00**73**
மின்னஞ்சல் :
vanavilputhakalayam@gmail.com

இந்தப் புத்தகத்திலுள்ள எந்த ஒரு பகுதியையும் பதிப்பாளர் மற்றும் எழுத்தாளர் அனுமதியை எழுத்து மூலம் பெறாமல் பதிப்பிக்கக் கூடாது

Publisher
P. Karthikeyan

Editor
R. Muthukumar

Layout
D.Joseph
S. Nisha

B241

No part of this book may be reproduced or transmitted in any form without permission in writing from the author or publisher

நீங்கள் Smart Phone உபயோகிப்பவராக இருந்தால் QR Code Reader Application மூலம் இதை Scan செய்தால் நேரடியாக எமது இணையதளத்திற்கு சென்று மேலும் எங்கள் வெளியீடுகள் பற்றிய விவரங்களைப் பெறலாம்.

A4 ISBN 978-93-82578-72-7

ஆயிரம் வருடங்களுக்கு முன்பும் சரி, ஆயிரம் வருடங்களுக்குப் பின்பும் சரி தேவர் மாதிரி சுத்த வீரத்தலைவர் பிறந்ததுமில்லை - பிறக்கப் போவதுமில்லை. அவ்வளவு பெரிய மேதையை நினைக்கும்போதே வணங்கத் தோன்றுகிறது.

எம்.ஜி.ஆர்.

பொருளடக்கம்

1. கண்டேன் நேதாஜியை! ... 5
2. கிழக்கு வீடு! ... 11
3. கல்லுப்பட்டி அழைக்கிறது! ... 15
4. பசுமலை பள்ளி! ... 19
5. சொத்து வழக்கு! ... 27
6. நேதாஜியுடன் முதல் சந்திப்பு ... 31
7. கைரேகைச் சட்டம்! ... 37
8. முதல் தேர்தல் களம்! ... 43
9. ஒழிந்தது குற்றப்பரம்பரைச் சட்டம்! ... 49
10. ஆலயப்பிரச்னையும் ஆலைப்பிரச்னையும் ... 55
11. ஃபார்வர்ட் பிளாக்! ... 63
12. நேதாஜி மறைவு! ... 71
13. ஃபார்வர்ட் பிளாக் : சுதந்தரத்துக்குப் பிறகு ... 75
14. 1952 பொதுத் தேர்தல் ... 83
15. பர்மா பயணம் ... 89
16. ஆன்மிகமும் ஆங்கிலமும் ... 95
17. தேவர் Vs இமானுவேல் சேகரன் ... 103
18. அமைதிப் பேச்சுவார்த்தை ... 109
19. முதுகுளத்தூர் கலவரம் ... 115
20. தேவர் கைது ... 121
21. கொலை வழக்கு விசாரணை ... 129
22. தேவர் மறைந்தார்! ... 133

பின்னிணைப்புகள்

1. தேவரின் வாழ்க்கை : சிறு பார்வை ... 139
2. தேவருக்குப் பிறகு... ... 142
3. தேவர் கண்ட தேர்தல் களங்கள் ... 149
4. நூல் குறிப்பு ... 151

1

கண்டேன் நேதாஜியை!

"நேதாஜி உயிரோடு இருக்கிறார். பத்திரமாக இருக்கிறார். சீனா, திபெத் எல்லையோரமாக இருக்கிற சிக்காங் என்ற இடத்தில் இருக்கிறார். அவரைத் தேடித்தான் நான் போனேன். அவரை நேரடியாகச் சந்தித்தேன்'' என்று கல்கத்தாவில் பேசிவிட்டுச் சென்றுவிட்டார் அந்த மனிதர். ஆனால், அது நேருவுக்கு மிகப்பெரிய அரசியல் நெருக்கடியைக் கொடுத்திருந்தது.

நேதாஜி உயிருடன் இருப்பது நேருவுக்கு தெரிந்திருந்தும், அமைதியாக இருக்கிறார் என்று அரசியல் அரங்கில் விமரிசனம் எழுந்தது. ஒருவேளை நேதாஜி உயிருடன் இருந்தால், தனது மதிப்பு குறைந்து விடும் என்று நேரு அஞ்சுகிறார் என்றும் பேசினார்கள்.

நேதாஜியின் அபிமானிகள் நேதாஜி உயிருடன் இருப்பதாக நம்பிக்கொண்டிருக்கும் நேரத்தில் அந்தப் பேச்சு பெரும் பரபரப்பை ஏற்படுத்தியது.

ஜெனரல் ஷாநவாஸ்கான்

நேதாஜியின் மரணம் பற்றிய செய்திகளுக்கு ஒரு முற்றுப்புள்ளி வைக்க விரும்பினார் நேரு. அதற்காக ஷா நவாஸ்கான் தலைமையில் ஒரு விசாரணை கமிஷனை அமைத்தார். அந்த கமிஷனில் அந்தமான் ஹை கமிஷனராக இருந்த மொய்தாரா, நேதாஜியின் மூத்த சகோதரர் சுரேஷ் சந்திரபோஸ் ஆகியோர் இடம்பெற்றிருந்தனர்.

கமிஷன் அமைக்கப்பட்டதும் முதல் அழைப்பு அந்த மனிதருக்குத்தான் வந்தது. ஆம். நேதாஜி உயிருடன் இருக்கிறார் என்று கல்கத்தாவில் பேசினாரே.. அதே மனிதருக்குத்தான் அழைப்பு வந்தது. அதை ஏற்றுக்கொண்டு கமிஷனுக்கு முன்னால் ஆஜரானார் அந்த மனிதர்.

"நேதாஜி அவர்கள் உயிருடன் இருக்கிறாரா என்ற செய்தியை விசாரிக்க உங்களை அழைத்தோம்."

"நேதாஜி பற்றிய உண்மையை அவ்வளவு எளிதில் உங்களால் வெளியே கொண்டு வர முடியாது. தற்போது பதவியிலிருக்கும் உச்ச நீதிமன்ற நீதிபதி ஒருவர் தலைமையில் விசாரணைக் கமிஷன் இருக்க வேண்டும். உலகம் முழுக்க, எந்த இடத்துக்கு வேண்டுமானாலும் போய் விசாரணை செய்யும் அதிகாரம் கமிஷனுக்கு வழங்கப்பட வேண்டும். அரசியல் தலையீடு இருக்கக் கூடாது. அப்போதுதான் அது சாத்தியப்படும்."

அந்த மனிதர் மேலும் பேசினார்.

"நீங்கள் எதிரெதிரான எத்தகைய செய்திகளைக் கொடுத்தாலும் நேதாஜி போஸ் சாகவே இல்லை என்பதுதான் எனது தீர்மானம்" என்று காந்தி சொன்னதை மேற்கோள் காட்டினார் அந்த மனிதர். ஆனால் அவர் சொன்ன விஷயங்களை எல்லாம் ஷா நவாஸ் கமிஷன் கொஞ்சமும் கண்டுகொள்ளவில்லை. "அதைப் பற்றியெல்லாம் நாங்கள் பார்த்துக் கொள்கிறோம். நேதாஜியை பார்த்ததாக சொல்கிறீர்களே! அவர் எங்கு இருக்கிறார்?" என்று கேட்டனர்.

அதற்கு அவர், "இரண்டாம் உலகப்போருக்கு பிறகு, அமெரிக்க அரசு அறிவித்த போர் குற்றவாளி பட்டியலில் நேதாஜி பெயர் இருக்கிறதா? அப்படி ஒருவேளை அவர் பெயர் இருந்து, தலைமறைவாக இருக்கும் நேதாஜி, இந்தியாவுக்குள் வந்தால் அவரை அந்த நாடுகளிடம் சிக்கிக்கொள்ளாமல் காப்பாற்றுவதற்கு இந்திய அரசு உறுதியாக இருக்குமா?" என்று கேள்வி எழுப்பினார்.

"போர்க் குற்றவாளிகள் பட்டியல் பற்றி இந்த கமிஷனுக்குத் தெரியாது. இந்திய அரசின் சார்பாக கமிஷனால் எந்த உறுதிமொழியும் வழங்கும் அதிகாரம் கமிஷனுக்கு இல்லை. ஒரு வார காலத்தில் பிரிட்டிஷ், அமெரிக்க அரசுகளிடம் விசாரித்து, போர்க்குற்றவாளிகள் பட்டியல் பற்றிச் சொல்கிறோம்" என்றார் ஷா நவாஸ்கான்.

"நல்லது. நீங்கள் கேட்டுச் சொல்லுங்கள். அதன் பிறகு எனது சாட்சியத்தைச் சொல்கிறேன்" என்று சொல்லிவிட்டு வந்துவிட்டார் அந்த மனிதர்.

ஒரு வார காலம் டெல்லியில் தங்கியிருந்த அவரை, கமிஷனின் தலைவர் ஷா நவாஸ்கானே தொலைபேசியில் தொடர்பு கொண்டார்.

"நேதாஜியின் பெயர் உலகப்போர் குற்றவாளிகளின் பட்டியலில் இருக்கிறதா? இல்லையா? என்ற விவரத்தை அறிந்துகொள்ள முடியவில்லை" என்றார்.

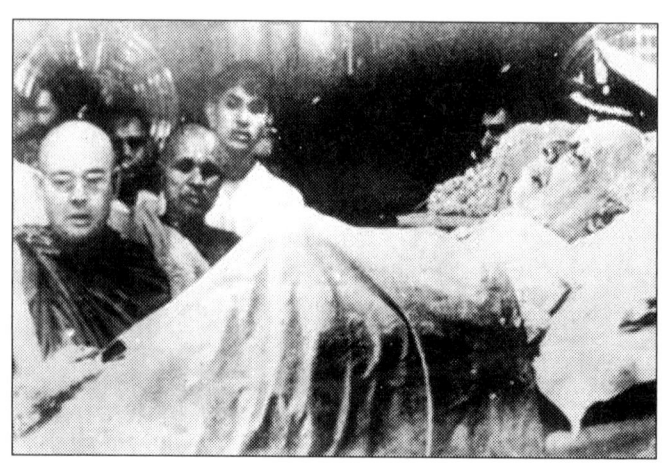

"அப்படி என்றால் என்னால் கமிஷனுக்கு முன்பாக சாட்சியம் அளிக்க முடியாது. மன்னிக்கவும்" என்று சொல்லி தொலைபேசியை வைத்துவிட்டார்.

அத்தோடு நிற்காமல், டெல்லி பத்திரிகையாளர்களை அழைத்து நேதாஜி விவகாரம் பற்றி பேட்டி ஒன்றைக் கொடுத்தார்.

"நேதாஜி இறக்கவில்லை. உயிருடன் இருக்கிறார். ஆரோக்கியமாக இருக்கிறார். அவருடன் இன்றுவரை எனக்குத் தொடர்பு இருக்கிறது. இந்த விஷயத்தில் பிரதமருக்குச் சந்தேகம் இருந்தால், அவரோ அல்லது அவருடைய பிரதிநிதியோ என்னுடன் வந்தால், நேதாஜி அவர்கள் இருக்கும் இடத்துக்கு அவரை அழைத்துப் போகிறேன்."

மேலும், "நேதாஜி பற்றிய உண்மைகளைத் தெரிந்துகொள்ள நமது பிரதமர் நேருவுக்கு நிஜமாகவே அக்கறையும் அபிமானமும் இருக்குமானால், நான் அவரை நேரில் சந்தித்து, வேண்டிய விவரங்களைக் கொடுக்கத் தயாராகவே இருக்கிறேன்" என்றார்.

அடுத்த நாள் டெல்லி பத்திரிக்கைகளில் இவர் கொடுத்தப் பேட்டிதான் தலைப்பு செய்தி. "ஹிந்துஸ்தான் டைம்ஸ்" என்ற ஆங்கில பத்திரிகை 'இவருடைய' புகைப்படத்தை போட்டு இந்த விஷயத்தைத் தலையங்கமாகவே எழுதினார்கள்.

"இவர் சொல்கிறபடி, நேரு ஒரு பிரதிநிதியை அனுப்பி, நேதாஜியைப் பற்றிய உண்மையை அறிந்து கொள்ள வேண்டும்.

நேதாஜியுடன் தேவர்

இல்லை என்றால் நேதாஜி விஷயத்தில் நேருவுக்கு அக்கறையில்லை என்று மக்கள் நினைப்பார்கள்'' என்று எழுதியிருந்தனர்.

முற்றுப்புள்ளி வைக்க நினைத்த விஷயம் தொடர்கதையாக மாறுவதை நேரு விரும்பவில்லை. அதே சமயம், நேருவோ, கமிஷனோ இவருடன் எந்தப் பிரநிதியையும் அனுப்பவில்லை. மற்ற சாட்சிகளை விசாரித்த ஷா நவாஸ் கமிஷன், அறிக்கை ஒன்றை நேருவிடம் கொடுத்தனர்.

''நேதாஜி இறந்தது உண்மைதான்'' என்ற அறிக்கையை நாடாளுமன்றத்தில் வைத்து, அதை நிறைவேற்றினார் பிரதமர் நேரு.

நேதாஜி விவகாரம் அத்தோடு முடியவில்லை. இந்திரா காந்தி பிரதமரானதும் இந்த விவகாரம் மீண்டும் கிளம்பியது. ''நவாஸ்கான் கமிஷன் அறிக்கை நம்ப முடியாத ஒன்று. பிரதமர் மீண்டும் ஒரு விசாரணை கமிஷன் அமைக்க வேண்டும்'' என்று 250 பாராளுமன்ற உறுப்பினர்கள் கையெழுத்துப் போட்டு மனு கொடுத்தனர்.

1971ல் இந்திரா காந்தி கோஸ்வா கமிஷனை நியமித்தார். அப்போது முக்கிய சாட்சியாக அழைக்கப்பட்ட 'அந்த மனிதர்' உயிருடன் இல்லை. அவர் கூறியிருந்த இடங்களான சீனா, திபெத் போன்ற நாடுகளுக்கு போகாமல், உள்ளூரில் இருந்தவர்களை விசாரித்து ''நேதாஜி இறந்தது உண்மை'' என்ற அறிக்கையை கோஷ்வா கமிஷன் சமர்பித்தது. ஒருவேளை இரண்டாம் உலகப் போரில் நேதாஜி தப்பித்து, உயிருடன் இருந்தாலும் 1971 வாக்கில் முதுமை காரணமாக இறந்திருந்திருக்கலாம்.

இறந்ததாக நம்பப்பட்ட நேதாஜியைப் பற்றி விசாரணை நடத்த இவருடைய பேச்சு அடிப்படையாக இருந்திருக்கிறது. முருக பக்தரான இவர் பெரியாருடன் மேடையில் அரசியல் பிரசாரம் செய்திருக்கிறார். ஒரு கட்சியின் தலைவராகவும் இருந்திருக்கிறார். நேதாஜி மீது கொண்ட அபிமானத்தில் 'நேதாஜி' என்ற பத்திரிகையைத் தொடங்கி அதற்கு ஆசிரியராகவும் இருந்திருக்கிறார். சட்டசபைத் தேர்தலிலும், பாராளுமன்ற தேர்தலிலும் ஒரே சமயத்தில் வென்றிருக்கிறார்.

இன்று இவரை ஜாதித் தலைவராகச் சித்திரிக்கும் முயற்சிகள் ஒருபக்கம் நடக்கின்றன. தேசியத் தலைவராகக் கொண்டாடும் போக்கும் இன்னொரு பக்கம் இருக்கிறது. என்றாலும், இன்றைய தேதியில் அவரை நினைவுகூராமல் தமிழகத்தில் அரசியல் நடத்தமுடியாது.

அபாரமான பேச்சுத்திறன், தெய்வ பக்தி, மக்கள் மீதான அக்கறை என்று இயங்கிய அந்த மனிதர், பசும்பொன் முத்துராமலிங்க தேவர்!

அரசியல்வாதி. ஆன்மிகவாதி. மக்கள் தலைவர். விடுதலைப் போராட்ட தியாகி. தொழிலாளர் தலைவர் என்று தேவரைப் பற்றி சொல்ல எத்தனையோ விஷயங்கள் இருக்கின்றன. அவரை ஒரு அவதாரப் புருஷராகவே பலரும் நினைக்கிறார்கள்.

ஒருகாலத்தில் ஆளுங்கட்சியான காங்கிரஸை விமரிசிக்க யாருக்குமே துணிச்சல் இல்லை. ஆனால் அப்போதே காங்கிரஸைக் கடுமையாக விமரிசித்தவர்கள் இருவர். ஒருவர், பெரியார். மற்றொருவர், தேவர்.

இவர்கள் இருவரும் கருத்தளவில் வேறுபட்டு இருந்தாலும், காங்கிரஸ் எதிர்ப்பில் ஒத்த சிந்தனை கொண்டவர்களே.

முத்துராமலிங்கத் தேவரை "தேவர்" என்ற சாதி வட்டத்துக்குள் வைத்துப் பார்ப்பதல்ல இந்தப் புத்தகத்தின் நோக்கம். மாறாக, தேவரை ஒரு மனிதராக, ஒரு மக்கள் தலைவராக அணுகி, அவருடைய வாழ்க்கையின் முக்கியமான அத்தியாயங்களை வருங்காலத் தலைமுறைக்கு அறிமுகம் செய்துவைப்பதே இந்தப் புத்தகத்தின் நோக்கம்.

2 கிழக்கு வீடு

"முத்துராமலிங்க தேவரின் கொள்ளுத் தாத்தா ஆதி முத்துராமலிங்க தேவர் நன்மதிப்புடன் வாழ்ந்தவர். அவர் இருந்த வீட்டை கிழக்கு வீடு என்று அழைப்பார்கள். அவர் வாழ்ந்த காலத்தில் ராமநாதபுரத்தை ஆட்சி செய்த துரைராஜா என்கிற முத்துராமலிங்க சேதுபதியுடன் நெருக்கமாக பழகக்கூடியவர்.

முத்துராமலிங்க சேதுபதியின் நட்பால், ஆதி முத்து ராமலிங்க தேவரின் வீட்டில் செல்வமும் புகழும் வளர ஆரம்பித்தது. பசும்பொன் கிராமத்தை சேர்ந்த முனியாண்டித் தேவரின் சகோதரி அருளாயியை திருமணம் செய்து கொண்டார் ஆதி முத்துராமலிங்கம். இவர்களுக்கு சீதையம்மாள், ருக்மணியம்மாள் என்ற இரண்டு பெண் குழந்தைகளும், வெள்ளைச் சாமி தேவர் என்ற ஆண் குழந்தையும் பிறந்தது. *(வெள்ளைச்சாமி தேவரை பின்னாளில் சிறைமீட்ட தேவர் என்று அழைத்தனர்)*

ரிபெல் முத்துராமலிங்க சேதுபதி

ஆதி முத்துராமலிங்க தேவர், மறவர் இனத்தை சாராத ஒரு அனாதைக் குழந்தையைத் தத்தெடுத்து வளர்த்தார். அந்த குழந்தையின் பெயர் குழந்தைசாமி என்கிற வைத்தியம் பிள்ளை. ஆதி முத்துராமலிங்க தேவருக்கு உதவியாக இருந்தவர் இந்த வைத்தியம் பிள்ளைதான்.

வெள்ளைச்சாமியின் வாலிப காலத்திலே அவரது அப்பா ஆதி முத்துராமலிங்க தேவர் மிகவும் உயர்ந்த நிலையில்தான் இருந்தார். கிட்டதட்ட முப்பத்திரண்டு கிராமங்கள் அந்தக் குடும்பத்துக்குச் சொந்தமாக இருந்தன. வெள்ளைச்சாமி தேவர் அவருடைய தாய் மாமன் முனியாண்டித் தேவரின் மகள் பொன்னம்மாளைத் திருமணம் செய்துகொண்டார். இவர்களுக்கு மீனாம்பிகை என்ற பெண் குழந்தையும், உக்கிரபாண்டியத் தேவர் என்ற ஆண் குழந்தையும் பிறந்தன.

*1903*ல் உடல்நலக் கோளாறு காரணமாக வெள்ளைச்சாமித் தேவர் இறந்து போனார். அவரது மகன் உக்கிரபாண்டி தேவருக்கு படிப்பு கிடையாது. பட்டறிவு அதிகம். பல சொத்துக்கள் உள்ள குடும்பம். பெயர் பெற்ற குடும்பம். அத்தனைச் சொத்துகளையும் திறமையான ஒருவர் நிர்வாகம் செய்ய வேண்டும் என்று உக்கிரபாண்டியத் தேவரின் மாமா சவுந்திரபாண்டியத் தேவர் நினைத்தார். அப்போது அவர்கள் குடும்பத்துக்கு நினைவுக்கு வந்தவர் ஆதி முத்துராமலிங்க தேவரின் தத்துப்பிள்ளையான குழந்தைசாமி என்கிற வைத்தியம் பிள்ளை.

''உக்கிரபாண்டியத் தேவருக்கு படிப்பறிவு குறைவு. நீ தான் அவனது அருகில் இருந்து எல்லா சொத்துக்களையும் நிர்வாகம் செய்ய வேண்டும்''

''கிழக்கு வீட்டுக்கு நான் பட்ட நன்றிக் கடனை அடைக்க சந்தர்ப்பம் வழங்கியதற்கு நன்றி'' என்றார் குழந்தைசாமி பிள்ளை.

''இனி எல்லாம் உன் பொறுப்பு'' என்று சொல்லி எல்லா பொறுப்பு களும் குழந்தைசாமி பிள்ளையின் கைகளில் ஒப்படைக்கப்பட்டன.

உக்கிரபாண்டியத் தேவருக்கு ராணியம்மாள், ரங்கநாயகி என்று இரண்டு அத்தைகள். இருவருக்கும் இந்திராணி, காசி லட்சுமி என்று இரண்டு பெண் பிள்ளைகள் இருந்தனர். உறவு விட்டுப்போய்விடக்கூடாது என்பதற்காக உக்கிரபாண்டி தேவரே இரண்டு பெண் பிள்ளைகளையும் 31.8.1906 அன்று திருமணம் செய்து கொண்டார். திருமணமாகும்போது காசிலட்சுமி பருவமடையாத சிறுமி.

உக்கிரபாண்டி தேவருக்கும், இந்திராணிக்கும் 29.6.1907 அன்று ஒரு பெண் குழந்தை பிறந்து, அதற்கு 'ஜானகி' என்று பெயர் வைத்தனர். குடும்பத்திற்கு மூத்த குழந்தை, அதுவும் பெண் குழந்தை என்று எல்லோரும் சந்தோஷத்தில் மூழ்கினார். ஆனால், அந்த சந்தோஷம் அதிக நாட்கள் நிலைக்கவில்லை. அந்தக் குழந்தைக்கு திடீரென்று காய்ச்சல் வந்தது. எல்லாவிதமான சிகிச்சை களையும் செய்துபார்த்தார்கள். குழந்தையின் உடல்நிலையில் எந்த முன்னேற்றமும் இல்லை. காய்ச்சல் ஜன்னியாக மாறி, குழந்தையின் உயிரை வாங்கியது.

உக்கிரபாண்டியத் தேவர் கலங்கிப் போனார். இந்திராணி இடிந்துபோய் நின்றார். மூத்த குழந்தையை இழந்துவிட்ட சோகத்தில் இருந்த பெற்றோர்களுக்கு, இந்திராணியின் வயிற்றில் இருக்கும் குழந்தை ஆறுதலாக இருந்தது. குழந்தை பெறும் காலம் நெருங்கியது. தன் தாய் வீடு இருக்கும் கல்லுப்பட்டிக்கு சென்றார் இந்திராணி. இந்தக் குழந்தை நன்றாக பிறக்க வேண்டும் என்று இந்திராணியின் அம்மா பார்த்து பார்த்து கவனித்துக் கொண்டார்.

30 அக்டோபர் 1908 அன்று இந்திராணிக்கு ஆண் குழந்தை பிறந்தது. அந்தக் குழந்தைக்கு ஆதி முத்துராமலிங்க தேவரின் நினைவாக 'முத்துராமலிங்கம்' என்று பெயர் வைத்தனர்.

தங்கள் வம்சம் தழைக்கவும், பெயர் சொல்லவும் ஆண் குழந்தை பிறந்த சந்தோஷத்தில் உக்கிரபாண்டியத் தேவரும், இந்திராணி அம்மாளும் இருந்தனர். அப்போது இந்தியா முழுவதும் சுதந்தர வேட்கை பரவிக் கொண்டிருந்தது.

பெண் குழந்தை பிறந்து, இறந்துவிட்ட துக்கத்தை முத்துராம லிங்கத்தின் வருகை போக்கியது. அதேசமயம், இந்திராணி அம்மையார் தனது உடலை சரியாக கவனித்துக் கொள்ளாமல்

இருந்தார். விளைவு, முத்துராமலிங்கம் பிறந்த ஆறே மாதங்களில் நோய்வாய்ப்பட்டு இறந்துபோனார் இந்திராணி அம்மையார். மனைவியின் மரணம் உக்கிரபாண்டியத் தேவரை பெரிதும் பாதித்தது. போதாக்குறைக்கு, உக்கிரபாண்டியத் தேவரின் இன்னொரு மனைவியான காசிலட்சுமி பருவமடையும் வயதில் இறந்து போனார். இரண்டு மனைவிகளை இழந்த உக்கிரபாண்டியத் தேவர் தனிமரமாக நின்றார்.

உக்கிரபாண்டியத் தேவர் தன் மகனைப் பற்றி அதிகம் கவலைப்படவில்லை. காரணம், முத்துராமலிங்கத்தின் துரதிருஷ்டம் காரணமாகத்தான் இந்திராணி இறந்துவிட்டார் என்ற எண்ணம் உக்கிரபாண்டியத் தேவருக்கு இருந்தது. தாயில்லாத முத்துராமலிங்கத்தை வளர்த்து ஆளாக்கும் பொறுப்பை குழந்தை சாமி பிள்ளை ஏற்றுக் கொண்டார். அதனால் அடுத்த திருமணத்துக்குத் தயாரானார் உக்கிரபாண்டியத் தேவர். 1910ல் மேலும் இரண்டு பெண்களை திருமணம் செய்துகொண்டார்.

ஏற்கனவே முத்துராமலிங்கம் மீது வெறுப்புடன் இருந்த உக்கிரபாண்டியத் தேவர், புது மனைவிகள் வந்தவுடன் அவரை முற்றிலுமாகக் கண்டுகொள்ளாமல் இருந்தார். அதேசமயம், புது மனைவிகள் சொத்துக்காக முத்துராமலிங்கத்தை ஏதாவது செய்து விடுவார்களோ என்று இந்திராணியின் உறவினர்கள் அஞ்சினர். அதனால், குழந்தை முத்துராமலிங்கத்தை பசும்பொன்னிலிருந்து அவரது பாட்டி ஊரான கல்லுப்பட்டிக்கு அழைத்து சென்றனர். அங்கே முத்துராமலிங்கத்தை அவரது பாட்டியும் பெரியம்மா மீனலோசனியின் அரவணைப்பில் வளரத் தொடங்கினார் முத்துராமலிங்கம்.

எப்படியோ முத்துராமலிங்கத்தை வீட்டை விட்டு வெளியே அனுப்பியாகிவிட்டது. இன்னும் இந்த வீட்டில் தங்களுக்கு இடையூறாக இருப்பது குழந்தைசாமிப் பிள்ளை மட்டும்தான் என்று உக்கிரபாண்டியத் தேவரின் புது மனைவிகள் நினைத்தார்கள். குழந்தைசாமியைப் பற்றி உக்கிரபாண்டியிடம் தவறான தகவல்களைச் சொல்லி அவர் மனத்தைக் கலைத்தனர். அவர்கள் சொல்வதை நம்பிய உக்கிரபாண்டியத் தேவர் குழந்தைசாமி மீது சந்தேகப்பட்டு விசாரித்தார். இனியும் கிழக்கு வீட்டில் இருந்தால் தன் நேர்மைக்கு இழுக்கு என்று நினைத்த குழந்தைசாமி வீட்டை விட்டு வெளியேறினார்.

3. கல்லுப்பட்டி அழைக்கிறது!

"சிறுவயதில் இருந்தே கிழக்கு வீட்டில் வளர்ந்த குழந்தைசாமிக்கு எங்கு போவதென்றே தெரியவில்லை. அப்போது அவர் நினைவுக்கு வந்தவர் கல்லுப்பட்டியில் இருக்கும் முத்துராமலிங்கம்தான். அவரைத் தேடி கல்லுப்பட்டிக்குச் சென்றார்.

முத்துராமலிங்கத்தின் பாட்டி, பெரியம்மா இருவரிடமும் கிழக்கு வீட்டில் நடந்த விஷயங்களை எல்லாம் கூறினார். உக்கிரபாண்டியத் தேவரிடம் சென்று நியாயம் கேட்பதற்கு இது சரியான நேரமில்லை என்பது எல்லோருக்கும் புரிந்திருந்தது. குழந்தை முத்துராமலிங்கத்தைப் பார்த்துக்கொள்ளும் பொறுப்பை குழந்தைசாமி தானே முன்வந்து ஏற்றுக்கொண்டார்.

சிறு குழந்தையாக இருக்கும்போது ஆதி முத்துராமலிங்கத் தேவரால் வாழ்க்கை கிடைத் தது. இப்போது, அவரது கொள்ளுப் பேரன் முத்து ராமலிங்கத்தால் தனது வாழ்க்கை அர்த்தமாகிறது

என்று மகிழ்ந்தார் குழந்தை சாமி. ஆதி முத்துராமலிங்கத்தின் மறு உருவமாகவே முத்துராமலிங்கத்தைப் பார்த்தார் அவர்.

புது மனைவிகள் வந்தவுடன் மூத்த தாரத்தின் குழந்தையை உக்கிரபாண்டி கவனிக்காமல் இருக்கிறார் என்று ஊர்க்காரர்கள் பேச ஆரம்பித்தார்கள். அதனால், முத்துராமலிங்கத்தை பசும்பொன்னுக்கு அழைத்து வர நினைத்தார் உக்கிரபாண்டியத் தேவர். மேலும், தன்னால் விரட்டப்பட்ட குழந்தைசாமி கல்லுப்பட்டியில்தான் இருக்கிறார் என்ற தகவலும் அவருக்குக் கிடைத்தது.

தனது மகனை அழைத்து வரச் சொல்லி உக்கிரபாண்டி ஆள் அனுப்பினார். ஆனால் முத்துராமலிங்கத்தின் பாட்டியோ, ''குழந்தையை அனுப்ப முடியாது'' என்று மறுத்துவிட்டார். அவருக்குத் துணையாக குழந்தைசாமியும் இருந்தார்.

உக்கிரபாண்டியத் தேவருக்கு கோபம் தலைக்கேறியது. சில ஆட்களைக் கொண்டு முத்துராமலிங்கத்தை தூக்கி வரச் சொல்லி அனுப்பினார். ஆனால், குழந்தைசாமி வந்த ஆட்களை விடுவதாக இல்லை. என்றாலும், குழந்தைசாமியுடன் கைகலப்பில் ஈடுபட்டு, குழந்தையைத் தூக்கிச்செல்லவும் அவர்கள் விரும்பவில்லை. அமைதியாகச் சென்றுவிட்டனர். அதன்பிறகு முத்துராமலிங்கத்தைப் பற்றி உக்கிரபாண்டியத் தேவர் நினைத்துக்கூடப் பார்க்கவில்லை.

முத்துராமலிங்கத்தின் குழந்தைப்பருவம் கல்லுப்பட்டியில் தொடங்கியது. கல்லுப்பட்டி அழகான கிராமம் மட்டுமல்ல, வளமானதும்கூட. வயல்வெளி, தென்னை, வேம்பு போன்ற பல மரங்கள், தோப்புகள் நிறைந்த கிராமம்.

எல்லா சிறுவர்களைப் போல முத்துராமலிங்கமும் அந்த வயதுக்குரிய விளையாட்டுத்தனத்தில் இருந்தார். குறிப்பாக, மரம் ஏறுவதும், நீச்சல் விளையாட்டும் முத்துராமலிங்கத்துக்கு மிகவும் பிடிக்கும். பூவரச மரத்தின் ஏறி விளையாடுவதும் அதில் தலைகீழாகத் தொங்குவதும் பிடித்தமான விளையாட்டு.

முத்துராமலிங்கம் மரத்தின் மீது விளையாடுவது பார்த்து பலர் பயந்துப் போவார்கள். உயரமான மரம். சிறுவன் விளையாடும் போது கீழே விழுந்தால் பெரிதாக அடிபடுமே என்று பயந்தனர்.

அதை முத்துராமலிங்கத்திடம் சொன்னால் கேட்கமாட்டார் என்பதால் அவருடைய பாட்டியிடம் சென்று புகார் கூறினர். அவர் முத்துராமலிங்கத்தை அழைத்து புத்திமதி சொல்வார். ஆனால் அதைக் காதில் வாங்குவதோடு சரி, மீண்டும் மரத்தைத் தேடிச் சென்றுவிடுவார்.

ஒரு நாள் அந்த மரம் இருக்கும் வழியாக ஒரு பெரியவர் சென்று கொண்டிருந்தார். அப்போது, முத்துராமலிங்கமும், அவரது நண்பர்கள் வழக்கம் போல் மரத்தின் மீது ஏறி விளையாடிக் கொண்டு இருந்தனர். அதைப் பார்த்த பெரியவர், ''தம்பி! மரத்துல தொங்காதயா. இறங்குப்பா... இறங்கு'' என்று கத்தினார்.

முத்துராமலிங்கமும், அவரது நண்பர்களும் மரத்தில் இருந்து இறங்கினர். ''என்னப்பா விஷயம் தெரியாத பசங்களா இருக்கீங்க. இந்த மரத்துல பெரிய பூதம் இருக்கு. மரத்துல தொங்குறவங்கள கோவம் வந்து கீழ தள்ளிவிட்டுடும், இனிமே யாரும் ஏறாதீங்க.'' என்றார். பெரியவர் சொன்னதை அமைதியாக கேட்டு, ''சரி தாத்தா! இனிமே ஏறமாட்டோம்'' என்று தலையசைத்தார்.

பெரியவர் கொஞ்சம் தொலைவில் சென்றபிறகு, மீண்டும் பழையபடி மரத்தின் மீது ஏறி தொங்கத் தொடங்கினார்.

அப்போது அவரது நண்பன், ''முத்து! இப்போதானே அந்த்த தாத்தா மரத்துல பூதம் இருக்குனு சொன்னாரு! நீயும் ஏறமாட்டேன் சொன்ன. இப்ப நீ மறுபடியும் மரம் ஏறுற. பூதத்துக்கு கோபம் வரப்போகுதையா'' என்றான்.

''போடா ! பூதமாவது மண்ணாவது ! அப்படியெல்லாம் ஒண்ணும் கிடையாது. பெரியவங்க நம்மளை பயமுறுத்த அப்படித்தான் சொல்வாங்க. நாம இன்னிக்கு புதுசாவா மரம் ஏறுறோம். இவ்வளவு நாள் மரம் ஏறி விளையாடினோம். அப்போ வராத பூதம் இப்போ வரப் போகுதா?'' என்றார் முத்துராமலிங்கம்.

பிறகென்ன, எல்லா சிறுவர்களும் மரத்தில் ஏறிவிட்டார்கள்!

கல்லுப்பட்டியில் ஓர் ஊருணி இருந்தது. முத்துராமலிங்கம் தனது நண்பர்களுடன் நீந்துவதற்காக அங்கு சென்றார். எல்லோரும் பாதுகாப்பான பகுதியில் நீந்திக்கொண்டிருந்தனர். ஆனால், முத்துராமலிங்கம் மட்டும் தனியாக ஊருணி முழுக்க நீந்தியே வரவேண்டும் என்று ஆசைப்பட்டார்.

தொடர்ந்து நீந்திக்கொண்டே இருந்ததால் முத்துராமலிங்கத்தின் கைகால்கள் சோர்வடைந்தன. நண்பர்கள் எல்லோரும் பாதுகாப்பான பகுதியில் இருக்க, முத்துராமலிங்கமோ, அவர்களை விட தூரமான பகுதிக்கு, அதுவும் ஆழமான பகுதிக்கு வந்திருந்தார். தொடர்ந்து நீந்தவும் முடியவில்லை. அதைப் பார்த்த அவரது நண்பர்கள் கூக்குரல் எழுப்பினர். சிலர் அவரைக் காப்பாற்ற ஊருணியில் குதித்தனர். ஆனால், முத்துராமலிங்கமோ, ஊருணிக்குள்

நீந்திக்கொண்டிருந்த எருமையின் முதுகில் ஏறி உட்கார்ந்து கொண்டார். பின்னர் பாதுகாப்பாகக் கரையேறினார்.

முத்துராமலிங்கத்துக்கு நீச்சலில் மட்டுமல்ல சிலம்பம், வில், வாள்வீச்சு, குதிரை ஏற்றம், மற்போர், உடற்பயிற்சி போன்ற வற்றிலும் ஆர்வம் இருந்தது.

தாயில்லாத குழந்தை. அப்பாவோ வேறு இடத்தில் இருக்கிறார். என்றாலும், பெற்றோர்கள் இல்லாத குறை முத்துராமலிங்கத்தைப் பாதிக்காத வகையில் அவருடைய பாட்டி பாசத்துடன் வளர்த்தார். முத்துராமலிங்கத்துக்கு ஆறு வயதானது. பள்ளியில் சேர்க்கவேண்டிய வயது. ஆனால், கல்லுப்பட்டியில் சொல்லும்படியான பள்ளிகள் இல்லை. பக்கத்து ஊரான வல்லத்தில் 'குறையற வாசித்தான் பிள்ளை' என்ற ஆசிரியர் இருந்தார். தமிழில் நல்ல புலமை பெற்றவர். அவரைப் பற்றி குழந்தைசாமி கேள்விப்பட்டார்.

அந்த ஆசிரியரிடம் ஆள் அனுப்பி முத்துராமலிங்கத்துக்குப் படிப்பு சொல்லித்தரும்படி கேட்டுக்கொண்டார். ஆசிரியரும் சம்மதிக்கவே, நல்ல நாள், நேரம் பார்த்து முத்துராமலிங்கத்துக்கும் இந்திராணியின் சகோதரி மீனலோசனியின் மகன் வெள்ளைப் பாண்டியனுக்கும் ஒரே நாளில் பாடம் நடத்தினர்.

குழந்தைசாமி பிள்ளையும் தன் பங்குக்கு தனக்குத் தெரிந்ததை எல்லாம் முத்துராமலிங்கத்துக்குச் சொல்லிக் கொடுத்தார். மகாபாரதம், ராமாயணம் போன்ற இதிகாசக்கதைகள், வீரர்களின் கதைகள் என்று சொல்ல, சிறுவனான முத்துராமலிங்கம் எல்லாவற்றையும் பொறுமையாக கேட்பார்.

ஒருநாள், ஆசிரியர் குறையற வாசித்தான் பிள்ளை குற்றாலத்துக்குச் செல்வதாகச் சொல்லி சென்றார். பிறகு ஊர்திரும்பவே இல்லை. வேலைக்கு வருவதை நிறுத்திக்கொண்டார் என்பது குழந்தை சாமிக்குப் புரிந்தது. வேறு ஆசிரியரை நியமனம் செய்ய முடிவெடுத்தார்.

முத்துராமலிங்கத்தின் கல்வி பாதியில் தடைப்படக் கூடாது என்பதற்காக தஞ்சாவூரில் இருந்து ஒரு வாத்தியாரை அழைத்து வந்தனர். அவரை 'தஞ்சாவூர் வாத்தியார்' என்பார்கள் ஊர்க்காரர்கள். ஒரு பக்கம் கல்வி, இன்னொரு பக்கம் வீர விளையாட்டு என்று இரண்டையும் முத்துராமலிங்கம் விரும்பிச் செய்து கொண்டிருந்தார்.

4. பசுமலை பள்ளி!

▶ கோவில் திருவிழாவின்போது யானை மேல் அமர்ந்திருக்கும் தேவர்!

"பாட்டியின் அன்பிலும், குழந்தைசாமியின் அரவணைப்பிலும் முத்துராமலிங்கம் கல்லுப் பட்டியில் சிறப்பாக வளர்ந்து வந்தார். அதே சமயம், குழந்தைசாமியின் கண்காணிப்பு இல்லாததால் உக்கிர பாண்டியத் தேவர் தன் இஷ்டத்துக்கு ஆடம்பர வாழ்க்கை வாழ்ந்தார்.

நல்லதைச் சொல்லவும், சரியாக வழிகாட்டவும் ஆளில்லாமல் இருந்தார். அலங்கரிக்கப்பட்ட வில்வண்டியில் முன்னால் ஒரு குதிரை வீரனும், பின்னால் தடிக்கம்பு வீரர்களுடன் செல்வதை பெருமையாக நினைத்தார். ஆடம்பர விருந்துகளில் கலந்துகொண்டார். தன்னைத் துதி பாடுகிறவர்களுக்கு கண்டமேனிக்கு நன்கொடையை அள்ளிக் கொடுத்தார். அவரைச் சுற்றியிருப்பவர்கள் அவருடைய பணத்தைப் பறிப்பதில்தான் குறியாக இருந்தனர். விளைவு, உக்கிரபாண்டியத் தேவரின் குடும்பச் சொத்துகள் கொஞ்சம் கொஞ்சமாக கரையத் தொடங்கின.

இந்தச் செய்தியை அறிந்த முத்துராமலிங்கத்தின் பாட்டி பதறினார். பேரனின் பிற்கால வாழ்க்கை என்னவாகுமோ என்று பயந்தார். குழந்தைசாமியை அனுப்பி அறிவுரை கூறினாலும், அவற்றைக் கேட்கும் மனநிலையில் உக்கிரபாண்டியத் தேவர் இல்லை. அதேசமயம், அவரைக் கண்டுகொள்ளாமல் விட்டால் கிழக்கு வீடுகூட மிஞ்சாது. அதனால், அப்போதைய முகவை மாவட்ட ஆங்கிலேய கலெக்டருக்கு ஒரு மனு கொடுத்தார் முத்துராமலிங்கத்தின் பாட்டி.

"முத்துராமலிங்கத்துக்கு ஏழு வயதாகிறது. கல்லுப்பட்டியில் எங்கள் பாதுகாப்பில் வளர்கிறான். முத்துராமலிங்கத்தின் அப்பா வான உக்கிரபாண்டியத் தேவர் தனது குடும்பச் சொத்துக்களை வாரி இறைக்கிறார். மூதாதையர் நிலங்கள் மீது கடன் வாங்குகிறார். இப்படியே போனால் சொத்தின் வாரிசான முத்துராமலிங்கத்தின் எதிர்காலத்துக்கு என்று எதுவும் இருக்காது. முத்துராமலிங்கம் மைனர் என்பதால், அவர் சார்பாக அவரது தாய் பாகச் சொத் துக்களுக்கு சர்க்கார் பாதுகாப்பளிக்க வேண்டும்" என்று வேண்டி எழுதியிருந்தார்.

மனுவை பரிசீலித்த கலெக்டர், அதுபற்றி விசாரிப்பதற்காக இருதரப்பினரையும் வரவழைத்தார். இருதரப்பினரும் தங்கள் பக்கம் இருக்கும் நியாயத்தை கலெக்டரிடம் கூறினர். அதன்பிறகு கலெக்டர், "மைனராக இருக்கும் முத்துராமலிங்கத்தின் பாகமான அசையும் சொத்துகளையும், அசையா சொத்துகள், பொருட்கள் என்று எதையும்

விற்கவோ அடகு வைக்கவோ உக்கிரபாண்டியத் தேவருக்கு உரிமையில்லை. எந்த வில்லங்கத்துக்கும் உட்படுத்தக்கூடாது. இதற்குமுன் செய்திருந்தாலும் அவை செல்லாது'' என்றார்.

கலெக்டரின் தீர்ப்பு காரணமாக உக்கிரபாண்டியத் தேவர் முத்து ராமலிங்கத்தின் மீது கூடுதம் வெறுப்பைக் காட்டத் தொடங்கினார்.

வீட்டில் படிப்பதைக் காட்டிலும் பள்ளியில் சென்று படிக்கும் போதுதான் நான்கு பேருடன் பழகும் சந்தர்ப்பம் கிடைக்கும். படிப்போடு உலக அனுபவமும் பெற முடியும். அதனால், முத்துராமலிங்கத்தைப் பள்ளியில் சேர்க்க முடிவு செய்யப்பட்டது. கல்லுப்பட்டியில் பள்ளி இல்லாததால் பக்கத்து ஊருக்கு அனுப்பி படிக்க வைக்கத் தீர்மானிக்கப்பட்டது.

கல்லுப்பட்டிக்கு அருகில் உள்ள கமுதியில் அமெரிக்க மிஷன் ஆரம்பப்பள்ளி இருந்தது. அந்தப் பள்ளியின் நிர்வாகியும், தலைமை ஆசிரியருமான எம்.பி. தானியேல் மறவர் இனத்தை சேர்ந்தவர். கிறிஸ்தவ மதத்தைத் தழுவி இருந்தார். ஒருநாள் அவர் கல்லுப்பட்டிக்கு வந்தபோது முத்துராமலிங்கத்தின் கல்வி தரத்தைச் சோதித்துப் பார்த்தார். முத்துராமலிங்கத்தின் அறிவுத் திறனைப் பார்த்து வியந்தார்.

அப்போது அவரது பாட்டியிடம், ''இன்னும் எவ்வளவு நாள் இந்த பையனை இங்கேயே படிக்க வைக்கப் போறீங்க. கமுதியில அமெரிக்க மிஷன் பள்ளி இருக்கும். நீங்க சரின்னு சொன்னா நான் அவனை அங்கே சேர்த்து விடுறேன்'' என்றார்.

பாட்டியும் பெரியம்மாவும் சம்மதம் தெரிவித்தார். தானியேலிடம் முத்துராமிங்கத்தின் கல்வி பொறுப்பை ஒப்படைத்தனர்.

16 ஜூன் 1917 அன்று முத்துராமலிங்கம் மூன்றாம் வகுப்பு மாணவரானர். ஆசைப் பேரனை கமுதிக்கு அனுப்பிவிட்டு, பாட்டி மட்டும் கல்லுப்பட்டியில் எப்படி தனியாக இருக்கமுடியும்? ஆகவே, கமுதியில் ஒரு வீட்டைப் பார்த்து, அங்கேயே குடி வந்துவிட்டார் பாட்டி. முத்துராமலிங்கம் வெளியூர் சென்று படித்தாலும் வீட்டுச் சாப்பாடு கிடைத்தது.

மூன்றாம் வகுப்புத் தேர்வில் முதல் மாணவராகத் தேர்ச்சி பெற்றார் முத்துராமலிங்கம். நான்காம் வகுப்பு படிக்கும்போது முத்துராமலிங்கம் தினமும் நெற்றியில் திருநீரோடு செல்வார். சக மாணவர்களின் கேலிகளையெல்லாம் அவர் பொருட்படுத்தவே மாட்டார். குறும்புகள் செய்யக்கூடியவர் என்றாலும் படிப்பில் கெட்டி.

பள்ளிக்கு ஆடம்பர துணி அணிந்து செல்வதை விரும்பமாட்டார். எளிய உடை அணிந்து, எளிய உணவை பள்ளிக்கு எடுத்து செல்வார். ஐந்தாம் வகுப்பிலும் முத்துராமலிங்கம் முதல் மாணவராகத் தேறினார்.

ஐந்தாம் வகுப்பு முடித்ததும் முத்துராமலிங்கத்தை உயர்நிலைப் பள்ளியில் சேர்க்கவேண்டி இருந்தது. ஆனால், கமுதியில் உயர் நிலைப்பள்ளிகள் இல்லை. ஆகவே, பசுமலையில் இருக்கும் அமெரிக்கன் மிஷன் உயர்நிலைப் பள்ளியில் முத்துராமலிங்கத்தை சேர்த்தார் எம்.பி. தானியேல். அதே பள்ளியில் முத்துராமலிங்கத்தின் பெரியம்மா மகன் வெள்ளைப் பாண்டியனும் படித்தார். அதனால், வீட்டில் விளையாட முத்துராமலிங்கத்துக்குத் துணை கிடைத்தது.

மூன்றாம் வகுப்பில் இருந்தே நெற்றியில் திருநீர் பூசி பழக்கப்பட்ட முத்துராமலிங்கம் இங்கும் கேலிப் பேச்சுக்கு ஆளானார். ஆனால், இம்முறை முத்துராமலிங்கத்தைக் கேலி செய்தவர் மாணவரல்ல ஆசிரியர்.

பசுமலை அமெரிக்க மிஷன் பள்ளியில் ஐரோப்பாவில் இருந்து ஒரு கிறிஸ்துவ ஆசிரியர் பணியாற்றி வந்தார். மாணவர்கள் தாங்கள் சார்ந்துள்ள இந்து மதத்தை உணர்த்தும் விதமாக திருநீர், குங்குமம், திருமண் என்று யாராவது பூசிக்கொண்டு வந்தால் கிண்டலும், கேலியுமாகப் பேசுவார். திருநீரோடு பள்ளிக்கு வந்த முத்துராமலிங்கத்தை அழைத்தார் ஆசிரியர்.

"புது மாணவனா ?" என்று ஆங்கிலத்தில் கேட்டார்.

"ஆமாம்" என்று ஆங்கிலத்தில் முத்துராமலிங்கம் பதிலளித்தார்.

"உன் பெயரென்ன?"

"முத்துராமலிங்கம்"

"எந்த ஊரில் இருந்து வருகிறாய்?"

"பசும்பொன்"

"பள்ளிக்கு தூய்மையான உடை அணிந்து வந்திருக்கிறாய். அப்படித்தான் வரவேண்டும். உன் நெற்றியில் என்ன பூசியிருக் கிறாய்?"

"திருநீறு" என்றார்.

"சாம்பலைத்தான் அப்படிச் சொல்கிறாயா" என்று கேலியாக கேட்டார்.

"இது எங்கள் இந்து மதத்தின் முக்கியமான பழக்கம். உடலுக்கும் மனத்துக்கும் சக்தியோடு புது உற்சாகத்தைக் கொடுக்கும்.

சிரித்தபடி, "நீ சொல்வதைப் பார்த்தால் இதைப் பூசுபவர்கள் சாக மாட்டார்கள் என்கிறாயா?" என்று கேட்டார்.

"மனிதர்கள் எல்லோரும் சாகப்போகிறவர்கள். திருநீறு பூசுபவர்கள் மட்டும் எப்படி இறக்காமல் இருக்க முடியும்? கிறிஸ்துவர்கள் கழுத்தில் சிலுவையை போட்டுக் கொள்கிறார்கள். அவர்கள் இறக்காமல் இருக்கிறார்களா? மரணத்தை யாராலும் தடுக்க முடியாது" என்று பதிலளித்தார் முத்துராமலிங்கம்.

இப்படி ஒரு பதில் வந்ததும் ஐரோப்பிய ஆசிரியருக்கு என்ன சொல்லுவதென்றே தெரியவில்லை.

மேலும் முத்துராமலிங்கம், "நீங்கள் கேட்டதற்கு நான் என் பதிலை மட்டுமே சொன்னேன். உங்கள் மதத்தைப் புண்படுத்துவதற்காக அல்ல" என்று பணிவோடு கூறினார்.

ஆசிரியருக்குத் தனது தவறு புரிந்தது. "சரி உட்கார்" என்று கூறி வகுப்பெடுக்க ஆரம்பித்தார்.

அதன்பின் அந்த ஆசிரியர் மட்டுமல்ல, மற்ற மாணவர்களும் முத்துராமலிங்கத்தின் மத அடையாள விஷயங்களில் தலையிடு வதில்லை.

முத்துராமலிங்கம் முருகன் மீது வைத்திருக்கும் பக்தியைச் சில வரிகளில் அடக்கி விட முடியாது. நெற்றி நிறையத் திருநீறு பூசிக் கொண்டு நேரம் கிடைக்கும் போதெல்லாம் பசுமலையின் அருகே இருக்கும் திருப்பரங்குன்றத்துக்குப் போவார். அங்கு இருக்கும் சித்தர்களுடன் உரையாடுவார்.

ஒருமுறை தன் நண்பர்களுடன் பள்ளிக்குச் சென்று கொண்டிருக்கும்போது ஒரு பாதிரியார் மதபோதனை கூட்டம் நடத்துவதை பார்த்தார்.

அந்த கூட்டத்தில் இருக்கும் மக்கள், "இயேசுவே உண்மையான ஆண்டவர். மனிதர்களின் பாவத்தை மன்னித்து அருளக்கூடிய ஒருவர் அவர்தான். நாம் அவரைப் பின்பற்றி மோட்சத்தை அடைவோம்" என்று மதப்பிரச்சாரம் செய்துகொண்டிருந்தார்.

இதைப் பார்த்த முத்துராமலிங்கம், பாதிரியார் என்ன பேசுகிறார் என்று கேட்கலாம் என்று கூட்டத்தை வேடிக்கை பார்த்தார்.

"இதோ இந்தக் கல்லைப் பாருங்கள். இதை நீங்கள் வழி படுவீர்களா?" என்று கேட்டார்.

கூட்டத்தில் இருப்பவர்கள் அனைவரும் அமைதியாக இருந்தனர்.

"அப்படி இருக்கும் போது நீங்கள் கல்லைக் கடவுளாக நினைக்கிறீர்கள்" என்று கேட்டார்.

பாதிரியார் இப்படி சொன்னதும் கூட்டத்தில் இருந்த முத்துராமலிங்கத்துக்குக் கோபம் வந்தது. அதேசமயம், அங்கு பிரச்னை ஏற்படுத்தவும் அவர் விரும்பவில்லை.

"பாதிரியார் அவர்களே ! எனக்கு ஒரு சந்தேகம். கேட்கலாமா?"

"கேள் தம்பி ! உன் அறியாமையை போக்கவே நாங்கள் வந்திருக்கிறோம்"

"உங்களுக்கு அம்மா இருக்கிறார்களா?"

இப்படி ஒரு கேள்வியை பாதிரியார் எதிர்பார்க்கவில்லை. கடவுளைப் பற்றி கேட்காமல் சொந்த விஷயத்தைப் பற்றி கேட்டது ஒரு மாதிரியாக இருந்தது. இருந்தாலும், கூட்டத்தில் கேட்ட பிறகு பதிலளிக்காமல் இருக்க முடியாது.

"இருக்கிறார்கள்" என்றார்.

"மனைவி, சகோதரிகள் ?"

"இருக்கிறார்கள். உன் சந்தேகம் என்ன.. அதைக் கூறு" என்றார்.

"அவர்கள் எல்லோரும் பெண்கள்தானே ! அவர்கள் எல்லோரிடமும் நீங்கள் ஒரே மாதிரியாக நடந்து கொள்வீர்களா? அவர்கள் எல்லோரையும் உங்களால் ஒரே மாதிரி பாவிக்க முடியுமா? அப்படி நடத்தினால் உலகம் உங்களை என்ன சொல்லும்" என்று கேட்டார். பாதிரியார் வாயடைத்து நின்றார். அவருக்கு என்ன சொல்லுவதென்றே தெரியவில்லை.

"அதுபோலவேதான் கடவுளும். ஒரு கல்லைச் சிலைவடிவில் தெய்வமாகக் காண்கிறோம். இன்னொரு கல்லை சாதாரணமாக வீடு கட்டவும், சாலைப்போடவும் பயன்படுத்துகிறோம். உங்கள் மதத்தை நான் தவறாகப் பேசவில்லை. அதேபோல், பிற மதங்களை நீங்கள் இழிவாகப் பேசாமல், மற்ற மதத்தவரின் மனங்களைப் புண்படுத்தாமல் நடந்துகொள்ளுங்கள்" என்று கூறி, அந்த இடத்தை விட்டு நகர்ந்தார்.

1924ல் முத்துராமலிங்கம் ஐந்தாம் படிவத்தில் தேர்ச்சி பெற்றார். அடுத்தது ஆறாம் படிவம். பசுமலையில் கல்வி தொடர முடியாமல் மதுரையில் இருக்கும் ஐக்கிய கிறிஸ்தவ உயர்நிலைப் பள்ளியில் சேர்ந்தார். ஆனால், அவரால் அங்கே முழுமையாக படிக்கவில்லை. ஜூன், ஜூலை இரு மாதங்கள் மட்டுமே படித்தார்.

பள்ளிக்காக அங்கும் இங்கும் அலைந்துகொண்டிருந்தபோது ராமநாதபுரம் அரசர் சேதுபதியிடம் இருந்து முத்துராமலிங்கத்துக்கு அழைப்பு வந்தது. எதிர்பாராத அழைப்பு. என்றாலும், பாட்டியிடம் சொல்லிவிட்டுப் புறப்பட்டார்.

தயக்கத்துடனேயே அரண்மனைக்குள் நுழைந்தார்.

"முத்துராமலிங்கம் பயப்படாமல் உள்ளே வா?" என்றார் மன்னர்.

முத்துராமலிங்கம் உள்ளே நுழைந்ததும் தாத்தா குழந்தைசாமி பிள்ளை அங்கே இருப்பதை கவனித்தார். அவர்தான் நமக்காக ஏதோ ஏற்பாடு செய்திருக்கிறார் என்பது மட்டும் முத்துராமலிங்கத்துக்குப் புரிந்தது.

"உன்னை பற்றிய விபரங்களை குழந்தைசாமி கூறினார். இனி நீ மதுரையில் இருக்க வேண்டாம். உன் பாட்டியையும் ஊருக்கு அனுப்பிவிடு. நீ படிக்கும் பள்ளியில் இருந்து சான்றிதழ் வாங்கிக்கொள். இந்த வாரத்தில் இருந்து இங்கிருந்துதான் படிக்கப் போகிறாய்" என்றார்.

குழந்தைசாமிப் பிள்ளை எதைச் செய்தாலும் அது தன்னுடைய நன்மைக்காகத்தான் இருக்கும் என்பது முத்துராமலிங்கத்துக்கு நன்றாகத் தெரியும். அதனால், அரசர் சொன்னதற்கு சம்மதம் தெரிவித்தார்.

அடுத்த ஒரு வாரத்தில் மதுரையில் இருக்கும் பொருட்களை எல்லாம் எடுத்துக்கொண்டு, ராமநாதபுரம் வந்தார் முத்துராமலிங்கம். அரசரின் உயர்நிலைப் பள்ளியில் ஆறாம் படிவம் படித்தார். அவரோடு அரசரின் மகன் இளைய சேதுபதியும் படித்தார்.

முத்துராமலிங்கத்தைத் தனியாக ராமநாதபுரம் அனுப்பியதில் பாட்டிக்கு மனவருத்தம். தன் பேரனுக்குச் சரியான சாப்பாடு கிடைக்குமா, கிடைத்தாலும் சரியாக சாப்பிட வேண்டுமே, எப்படி தனியாக தங்குகிறான் என்று கவலைப்பட்டுக் கொண்டிருந்தார்.

அப்போது, குழந்தைசாமி, ''அரண்மனையில முத்துவுக்கு அரச மரியாதை கிடைக்கும்.. நீங்க அவனைப்பத்தி கவலைப்பட வேண்டாம்'' என்றார்.

''படிப்புக்காக முத்துவை தனியா அனுப்புனது மனசு கேட்கல'' என்றார் பாட்டி.

''முத்து பெரியவனாயிட்டு வரான். அவன் மேஜரானதும் சொத்தில் பங்கு கேட்க உரிமையுண்டு. அதனால, உக்கிரபாண்டியத் தேவர், அவர் மனைவி, உறவினர்களால பிரச்னை வரலாம். அரசர் கண்காணிப்பில் இருந்தா முத்து பாதுகாப்பா இருப்பான்'' என்றார்.

குழந்தைசாமிப் பிள்ளையின் நல்ல எண்ணம் பாட்டிக்குப் புரிந்தாலும், பேரன் பற்றிக் கவலைப்படாமல் இருக்க முடியவில்லை.

இறுதித் தேர்வு எழுதும் சமயத்தில் ராமநாதபுரத்தை கதிகலங்க வைத்த எமன் குடிப்புகுந்தது. அந்த எமனின் பெயர் ப்ளேக் நோய். ராமநாதபுரம் மக்கள் இந்த நோயை நினைத்து பயந்தனர். அப்போது, அந்த நோய்யை பற்றிய தகவல் கல்லுப்பட்டியில் இருக்கும் முத்துராமலிங்கத்தின் பாட்டி காதில் விழுந்தது.

தாமதிக்காமல் முத்துவை கல்லுப்பட்டிக்கு வரச் சொன்னாரர். தேர்வு சமயம் என்பதால் ஊருக்கு வர யோசித்தார் முத்துராமலிங்கம். ஆனால், பாட்டியின் வற்புறுத்தலால் ஊருக்குச் சென்றார். அந்த ஆண்டு முத்துராமலிங்கத்தால் தேர்வு எழுத முடியவில்லை.

5 சொத்து வழக்கு!

▶ தேவருக்கு வரவேற்பு

"ஒருநாள், குழந்தைசாமிப் பிள்ளை வேண்டுதல் விஷயமாக ராமேஸ்வரம் சென்றிருந்தார். அப்போது முத்துராமலிங்கத்தை பார்க்க அவரது மைத்துனர் தங்கவேலு வந்திருந்தார். அவருடன் துரைசிங்கத் தேவர் என்பவரும் இருந்தார். இருவர் முகத்திலும் பதற்றம் இருப்பதைக் கவனித்த முத்துராமலிங்கம், அவர்களிடம் என்ன, ஏதென்று விசாரித்தார்.

''உங்க அப்பா செய்வது சரியில்ல.''

''அப்படி என்ன செய்தார் ?''

''பசும்பொன்னுலயும் புளிச்சக்குளத்துலயும் இருக்குற ஏராளமான பணம், நகை, பண்ட பாத்திரங்களையும், அரசர் கொடுத்த சன்மானங்களையும், முக்கியமான நிலப்பத்திரங்களையும் மூணு வண்டியில ஏத்திக்கிட்டு, மதுரைக்குக் கிளம்பிட்டு இருக்காரு'' என்றார்.

‘‘அதனால என்ன?’’

‘‘என்ன மாப்பிள்ள இப்படி கேக்குற. அது உங்க அப்பா சொத்து மட்டுமில்ல. உன்னுடைய சொத்தும்தான். உன் அனுமதியில்லாம அவரு எப்படி எடுத்திட்டு போவாரு...’’

‘‘அப்பாவே சொத்த எடுத்திட்டு போகட்டும். எனக்கு எதுவும் வேண்டாம்’’

‘‘உங்க அப்பா எடுத்திக்கிட்டாக்கூட பரவாயில்ல. ஆனா அவரு அந்தச் சொத்தை யார் யாருக்கோ கொடுப்பாரு. உன் பரம்பரை சொத்து அப்படிப் போகனுமா ?’’

முத்துராமலிங்கத்துக்கு அப்பாவை எதிர்த்துப் பேசவோ, சொத்தை மீட்கவோ ஆசையில்லை. இத்தனை நெருக்கடியான சந்தர்ப்பத்தில் யோசனை சொல்லவும், உக்கிரபாண்டியத் தேவரைக் கட்டுப்படுத்தவும் குழந்தைசாமி வேறு ஊரில் இல்லை. என்ன செய்வதென்று யோசிக்கலாம் என்று இருந்தால், மைத்துனர் தங்கவேலு உக்கிரபாண்டியத் தேவரைத் தடுத்து நிறுத்தவேண்டும் என்பதிலேயே குறியாக இருந்தார். ஒரு கட்டத்தில் முத்துராமலிங்கமும் சம்மதித்தார்.

பசும்பொன்னிலிருந்து மதுரைக்கு மூட்டை முடிச்சுகளோடு தனது மனைவிகளுடன் உக்கிரபாண்டியத் தேவர் சென்றுக் கொண்டு இருந்தார். அவருடன் மனைவியின் உறவினர்கள் இருந்தனர். நாலூர் கிராமத்துக்கு அருகே உக்கிரபாண்டியத் தேவரை முத்துராமலிங்கம் உள்ளிட்ட மூவரும் வழிமறித்தனர்.

அப்பாவை எதிர்த்துப் பேச வேண்டும் என்ற எண்ணம் முத்துராமலிங்கத்துக்கு இல்லை. ஆனால், உறவினர்களிடையே ஏற்பட்ட வாக்குவாதம் காரணமாக பிரச்னை கைமீறி போய்விட்டது. பொறுமையிழந்த உக்கிரபாண்டியத் தேவர் மகனை அடிக்க ஆட்களை ஏவிவிட்டார்.

சிறுவயதில் இருந்து தற்காப்புக் கலை தெரியும் என்பதால் தன்னைத் தாக்க வந்த கூட்டத்தினை சாமர்த்தியமாகச் சமாளித்தார் முத்துராமலிங்கம். அவருக்கு உதவியாக வேறு சிலரும் வந்திருந்தனர். இரு தரப்பினருக்கும் கைகலப்பு முற்றியது. இதில் உக்கிரபாண்டியத் தேவருடன் வந்தவர்கள் தாக்குப்பிடிக்க முடியாமல் ஓடினர். பின்னர் முத்துராமலிங்கம், துரைசிங்கம், தங்கவேலு மூவரும் வண்டிகளைத் திருப்பி ஊருக்கு எடுத்து வந்தனர்.

சண்டையில் முத்துராமலிங்கத்துக்கு அடி பட்டிருந்தது. ஆனால், சொத்துக்காகத் தன்னுடைய தந்தையை எதிர்த்துவிட்டோமே என்ற மன வேதனை அதிகமாக இருந்தது.

இதுவரை யாருக்கும் தெரியாத குடும்ப சண்டை, இப்போது வீதிக்கு வந்ததோடு மட்டுமில்லாமல், கை கலப்பாகிவிட்டது. குழந்தைசாமி ஊரில் இருந்தது வந்ததும், நடந்த விஷயத்தை தெரி வித்தனர். வேறு வழியில்லை. சட்டப்படி நடவடிக்கை எடுத்தால் மட்டுமே இந்த விஷயத்தில் முடிவு வரும், முத்துராமலிங்கத்தின் சொத்தையும் காப்பாற்ற முடியும். இல்லை என்றால் என்றாவது ஒருநாள் உக்கிரபாண்டி தேவரோ, அவரது மனைவியின் உறவினர்களோ சொத்தை அழித்துவிடுவார்கள் என்ற முடிவுக்கு வந்தார் குழந்தைசாமி. விளைவு, முத்துராமலிங்கம் தனது தந்தையை எதிர்த்து வழக்கு தொடர்ந்தார்.

வாதி முத்துராமலிங்கம். பிரதிவாதிகளாக உக்கிரபாண்டியத் தேவரும், அவரை சேர்ந்தவர்களும் இருந்தனர். உக்கிரபாண்டியத் தேவரை சேர்ந்தவர்களின் எண்ணிக்கை 200க்கும் அதிகம்.

முத்துராமலிங்கத்தின் வழக்கைச் சிக்கலாக்க கிழக்கு வீட்டுப் பரம்பரைச் சொத்துக்கு பலர் உரிமைக் கொண்டாடுவது போல் செய்தனர். அவர்கள் உக்கிரபாண்டியத் தேவரின் வாரிசுகள் என்ற ரத்த உறவைச் சொல்லி சொத்தில் பங்கு கேட்டனர்.

வழக்கு சிக்கலாவதை உணர்ந்த முத்துராமலிங்கம் தரப்பினர், திறமையான வழக்கறிஞரைத் தேடினர். அப்போது, சென்னையில் இருந்த வழக்கறிஞர் டி.சீனிவாச ஐயங்கார் பெயர் சிபாரிசு செய்யப்பட்டது. நான்கு வருடங்களாக உயர்நீதிமன்றத்தில் அரசு வழக்கறிஞராக பணியாற்றிக் கொண்டு இருந்த அவர் ஒரு தீவிர காங்கிரஸ்காரர்.

தன் தந்தை தன்னுடைய வழக்கை சிக்கலாக்கும் விபரத்தை சீனிவாச ஐயங்காரிடம் கூறினார் முத்துராமலிங்கம். அந்தச் சொத்துகளை சட்டப்படி மீட்டுத் தருவதாக உறுதி அளித்தார் சீனிவாச ஐயங்கார்.

மகன் - தந்தைக்குள் நடக்கும் சிவில் வழக்கு இழுபறியிலே இருந்தது. வழக்கு விசாரணையில் நீதிபதி முத்துராமலிங்கத்திடம், ''பிரதிவாதி தரப்பில் இருந்து பலரும் உக்கிரபாண்டியத் தேவரின் வாரிசுகள் என்று சொல்கிறார்கள். ஆனால், நீங்களோ, 'நான் மட்டும்தான் வாரிசு' என்று சொல்கிறீர்கள். அவர்கள் கேட்பதற்கு உங்கள் பதில் என்ன?'' என்றார்.

"அறுவடை முடிந்த நாளில், நிலங்கள் தரிசாக இருப்பதற்காக மேய்ச்சலுக்கு பட்டி மாடுகள், பண்ணை மாடுகள் என்று மேய விடுவார்கள். இரண்டு பிரிவு மாடுகளும் ஒன்றாக மேயும். அந்தச் சமயத்தில், பட்டியைச் சேர்ந்த காளைக்கும், பண்ணையை சேர்ந்த பசுவுக்கும் கலப்பு நடந்து, பசுமாடு கருத்தரிக்கும். அந்தக் கன்று பண்ணைக்குத்தான் சொந்தமாகுமே தவிர பட்டியைச் சேர்ந்த காளைக்கோ, அதன் உரிமையாளனுக்கோ சொந்தமாகாது. அதேபோல், பசுமாட்டின் சொந்தக்காரனும், "உன் காளைக்குத்தான் என் பசுமாடு கன்று போட்டிருக்கிறது என்று கூறி அவனிடம் பங்கு கேட்க மாட்டான்." அந்த நியாயம் இந்த வழக்குக்கும் பொருந்தும். முக்கியமாக, பெரியோர் வாழ்த்தி, உறவினர்கள் மத்தியில் என் தந்தை உக்கிரபாண்டியத் தேவருக்கு, தாய் இந்திராணி அம்மையாருக்குத் திருமணம் நடந்தது. அந்த பந்தத்தில் பிறந்த ஒரே வாரிசு நான் மட்டும்தான்.''

முத்துராமலிங்கம் என்னதான் விளக்கம் கொடுத்தாலும் வழக்கு அவ்வளவு எளிதில் முடியவில்லை. கிட்டத்தட்ட ஆறு ஆண்டுகளுக்கு மேல் நடந்த அந்த வழக்கின் இறுதியில், கிழக்கு வீடு முத்துராமலிங்கத்துக்குச் சொந்தமானது என்று தீர்ப்பு வந்தது.

6. நேதாஜியுடன் முதல் சந்திப்பு!

▶ கழுத்தில் மாலையுடன் நேதாஜி, அருகில் தேவர்!

"முத்துராமலிங்கத்தின் படிப்புக்கு தொடர்ந்து பிரச்னை வந்துகொண்டே இருந்தது. முதலில், வீட்டில் வந்து சொல்லிக் கொடுக்கும் வாத்தியார் பாதியில் நின்றார். அமெரிக்க மிஷன் உயர்நிலைப் பள்ளியில் படிக்கும் போது ப்ளேக் நோய் ஊரில் பரவியதால், இறுதித் தேர்வை எழுத முடியவில்லை. அடுத்து, தந்தையால் பிரச்னை என்று ஏதாவது ஒரு பிரச்னை அவரை வாட்டியது.

அந்தப் பிரச்னைகள் பற்றி குழந்தை சாமிப்பிள்ளையிடம் பேசிக்கொண்டிருந்தார் முத்துராமலிங்கம். அப்போது, 'இனி படிச்சு என்ன பண்ணப் போறீங்க. படிக்கிறதே பொது அறிவை வளர்க்கத்தானே.. அது உங்களுக்கு நிறைய இருக்கு. ஆங்கில அறிவும் போதுமானதா இருக்கு. ஊரை கவனிங்க அது போதும்'' என்றார் குழந்தைசாமி.

ஸ்ரீநிவாச ஐயங்கார்

தன்னுடைய மேல்படிப்புக்காக ராமநாதபுரம் மன்னரிடம் சிபாரிசு செய்த குழந்தைசாமி, திடீரென அப்படிச் சொன்னதில் முத்துராமலிங்கத்துக்கு வியப்பு. பின்னர் அந்தக் கருத்தை ஏற்றுக்கொண்டார். படிப்பைக் கைவிட்டார். முத்துராமலிங்கத்தின் வாழ்க்கையில் படிப்பைக் கைவிட்டது பெரிய முடிவு என்றால், இன்னொரு பெரிய முடிவையும் விரைவிலேயே எடுத்தார். அது, வாழ்நாள் முழுக்க பிரம்மச்சாரியாக வாழ்வது. குழந்தைசாமி, அவருடைய உறவினர்கள் என்று எத்தனையோ பேர் ஆலோசனை கூறியும், முத்துராமலிங்கம் தனது முடிவில் உறுதியாக இருந்தார்.

1927 ஆம் ஆண்டு காங்கிரஸ் மாநாடு சென்னையில் நடைபெற்றபோது இந்தியாவில் பல மாகாணங்களில் இருந்தும் பெரிய பெரிய தலைவர்களெல்லாம் வந்திருந்தனர். அந்த மாநாட்டின் பொறுப்பாளராக ஸ்ரீநிவாச ஐயங்கார் இருந்தார். ஆம். முத்துராமலிங்கத்தின் வழக்கறிஞரான அதே ஸ்ரீநிவாச ஐயங்கார்தான். அந்தச் சமயத்தில்தான் முத்துராமலிங்கத்துக்கும் அவருடைய தந்தை உக்கிரபாண்டியத் தேவருக்கும் இடையே சொத்து தொடர்பான வழக்கு நடந்துகொண்டிருந்தது.

இன்று இருப்பது போல அந்தக் காலத்துச் சென்னையில் பெரிய ஓட்டல்கள் அதிகமில்லை. விருந்தினர் இல்லங்களும் குறைவு. ஆகவே, மாநாட்டுக்கு வந்திருப்பவர்களைச் சென்னையில் தங்க வைக்க ஸ்ரீநிவாச ஐயங்கார் சில வீடுகளை ஏற்பாடு செய்திருந்தார். அப்போது மயிலாப்பூரில் இருக்கும் 'அம்ஜத்பாக்' என்ற பெரிய மாளிகையில் ஸ்ரீநிவாச ஐயங்கார் வசித்து வந்தார். மாநாட்டு ஏற்பாடுகள் நடந்துகொண்டிருந்த சமயத்தில் தன்னுடைய வழக்கு தொடர்பான ஆவணங்களைக் கொடுப்பதற்காக ஐயங்காரைச் சந்திக்க சென்னைக்கு வந்திருந்தார் முத்துராமலிங்கம்..

அன்றைய தினம் காங்கிரஸ் மாநாடு தொடங்க இருப்பதால், நான்கு நாட்கள் மாநாட்டு வேலைகளில் ஈடுபடவேண்டியிருக்கும். ஆகவே, மாநாடு முடிந்தபிறகு ஆவணங்களைப் படித்து பார்த்து, வழக்கைப் பற்றிச் சொல்வதாகவும் கூறினார். அப்போது, "நீ நான்கு நாட்கள் சென்னையில்தானே இருக்கப் போகிறாய்?" என்று கேட்டார் ஸ்ரீநிவாச ஐயங்கார். ஆம் என்றார் முத்துராமலிங்கம்.

''அப்படியென்றால் எனக்கு ஒரு உதவி செய். காங்கிரஸ் மாநாட்டுக்குப் பெரிய தலைவர்கள் வந்திருக்கிறார்கள். அவர்களை என் நண்பர்களின் வீடுகளில் தங்க வைத்துள்ளேன். அவர்கள் தங்கி இருக்கும் இடத்திலிருந்து அவர்களை அழைத்துச் சென்று மாநாட்டு அரங்கில் கொண்டுவிட வேண்டும். அன்றைய மாநாட்டு நிகழ்ச்சி கள் முடிந்ததும் அவர்களைத் திரும்ப அவரவர் தங்கியிருக்கும் இடத்துக்குக் கொண்டுவிடவேண்டும். அவர்களுக்கான உணவு மற்றும் போக்குவரத்து வேலைகளை கவனித்துக் கொள்ள வேண்டும். இவற்றைச் செய்வதற்கு உனக்கு விருப்பமா?'' என்று உரிமையுடன் கேட்டார் ஐயங்கார். உடனே சம்மதித்தார் முத்துராமலிங்கம்.

உண்மையில் அந்த மாநாட்டில் கலந்துகொண்டது முத்துராமலிங்கத்தின் வாழ்க்கையில் ஒரு திருப்புமுனையை ஏற்படுத்திக் கொடுத்தது. ஆம். அந்த மாநாட்டில் கலந்துகொண்ட தலைவர்களுள் நேதாஜி சுபாஷ் சந்திரபோஸும் ஒருவர். அந்த வாய்ப்பின் மூலம் நேதாஜியுடன் பழகத் தொடங்கினார் முத்துராமலிங்கம். அவர்கள் இருவருக்கும் இடையே குரு - சிஷ்யன் உறவு வளரத் தொடங்கியது.

பசும்பொன் தேவரின் கட்டுரையில்
- நல்லி குப்புசாமி அவர்கள் குறிப்பிட்டுள்ள தகவல்

அந்த மாநாட்டில் கலந்துக் கொண்டவர்கள் பலரிடமும் முத்துராமலிங்கத்தை அறிமுகம் செய்து வைத்தார். ஸ்ரீநிவாச ஐயங்கார். அந்த மாநாட்டில் சுபாஷ் சந்திரபோஸின் பேச்சை கேட்ட முத்துராமலிங்கம், அப்போதே நேதாஜியைத் தன்னுடைய தலைவராக ஏற்றுக்கொண்டார்.

அந்த மாநாட்டில், ''தேசத்துக்கு பரிபூரண சுயராஜ்யம் வேண்டும்'' என்ற தீர்மானத்தைக் கொண்டு வந்தார் நேதாஜி. ஆனால், அந்தத் தீர்மானத்துக்கு பலத்த எதிர்ப்பு கிளம்பியது. முக்கியமாக, காந்தியைப் பின்பற்றும் மிதவாதிகள் அந்தத் தீர்மானத்தை எதிர்த்தனர். அப்போது ஸ்ரீநிவாச ஐயங்கார் நேதாஜியின் தீர்மானத்துக்கு ஆதரவாக இருந்தார். பல எதிர்ப்புகளையும் மீறி அந்த மாநாட்டில் நேதாஜியின் பரிபூரண சுயராஜ்ஜிய தீர்மானம் நிறைவேற்றப்பட்டது.

1932. பிரிட்டிஷ் அரசு கள்ளுக்கடைகள் நடத்திக்கொள்வதற்கு சலுகை வழங்கியிருந்தது. அதனால் நாடு முழுக்க ஏராளமான கள்ளுக்கடைகள் திறக்கப்பட்டன. பல தொழிலாளர்கள், குடும்பத் தலைவர்கள் எல்லாம் கள்ளுக்கடையில் சங்கமமாகினர். இதனால்,

பல குடும்பங்கள் பாதிக்கப்பட்டன. இன்னும் சிலர் தாங்கள் சம்பாதித்த பணத்தை எல்லாம் கள்ளுக்கடையில் செலவிட்டனர்.

அப்போது, காந்தி நாடு முழுக்க ஒத்துழையாமை இயக்கம், கள்ளுக்கடை மறியல் என்று பிரிட்டிஷாருக்கு எதிராக பல போராட்டங்களை நடத்தி வந்தார். அதன் நீட்சியாக தமிழகத்திலும் கள்ளுக்கடை மறியல் போராட்டங்கள் நடந்தன. போராட்டக்காரர்கள் கள்ளுக்கடைகள் முன்பு திரண்டு நின்று, கடையை மூடச் சொல்லி கோஷம் எழுப்புவார்கள். கள்ளுண்ணுவதால் குடும்பங்கள் சந்திக்கும் இன்னல்களைப் பிரச்சாரம் செய்வார்கள். போலீஸார் போராட்டக்காரர்களை கைது செய்து சிறையில் அடைப்பார்கள்.

கள்ளுக்கடைக்கு எதிராக போராட்டமும் குறையவில்லை. ஆகவே, கைது நடவடிக்கைகளும் நிற்கவில்லை.

அந்த வகையில் கொடுமலூர் என்ற ஊரில் கள்ளுக்கடை மறியல் நடந்தது. காவலர்கள் போராட்டக்காரர்களைக் கடுமையாக தாக்கி, காவல் நிலையத்துக்கு இழுத்துச் சென்றனர்.

கைது செய்யப்பட்ட தொண்டர்களின் உறவினர்கள் முத்துராமலிங்கத்திடம் பிரச்னையைப் பற்றி கூறினார். உடனே தனது ஆட்கள் இருவரை அனுப்பி காவல்துறை ஆய்வாளரிடம் பேசச் சொன்னார். முத்துராமலிங்கம் அனுப்பிய ஆட்களும், கைது செய்யப்பட்ட உறவினர்களும் காவல் நிலையத்துக்குச் சென்றனர். அப்போது முத்துராமலிங்கம் மக்கள் மத்தியில் செல்வாக்கு பெற்றவராக மாறிக்கொண்டிருந்தார். அவரை தேவர் என்றே மக்கள் அழைத்தனர்.

தேவர் அனுப்பிய ஆட்கள் காவல்துறை அதிகாரியைச் சந்தித்துப் பேசினர்.

''கள்ளுக்கடைப் போராட்டக்காரர்களை கைது செய்து சட்டப்படி சிறையில் அடையுங்கள். ஆனால் அவர்களை அடித்து

துன்புறுத்த வேண்டாம் என்று தேவர் உங்களிடம் சொல்லச் சொன்னார்''கோபம் வந்துவிட்டது காவல்துறை அதிகாரிக்கு. எனக்கு உத்தரவு போட தேவர் யார் என்று குரலெழுப்பினார். மேலும், தேவரையும் காவல்நிலையத்துக்கு வந்தவர்களையும் தகாத வார்த்தைகளால் திட்டினார். ஒரு கட்டத்தில் இரு பக்கமும் வாக்குவாதம் முற்றிப் போய், காவலர்களை கடுமையாக தாக்கத் தொடங்கினர் தேவரின் ஆதரவாளர்கள். காவல் நிலையத்தில் இருக்கும் துப்பாக்கிகளைக் கைப்பற்றினர்.

விஷயம் மாவட்டம் முழுக்கப்பரவியது. காவல் நிலையத்தின் தாக்குதலுக்கு தேவரின் தூண்டுதல்தான் காரணம் என்று வழக்கு தொடர்ந்தனர். ஆனால், தேவருக்கு எதிராக சாட்சி சொல்ல யாரும் முன் வரவில்லை. வேறு வழியில்லாமல் கொடுமலூர் கிராமத்தின் முன்சீப்பைப் பிடித்து தேவருக்கு எதிராக சாட்சி சொல்ல வற்புறுத்தினர்.

''என்னைக் கொன்றுபோட்டாலும் சரி. தேவருக்கு எதிராக நான் எதுவும் சொல்ல மாட்டேன்'' என்றார் முன்சீப்.

தேவருக்கு எதிராக காவலர்கள் தொடர்ந்த வழக்கில் அவருக்கு எதிராக சாட்சிகள் இல்லாததாலும், கைப்பற்றப்பட்ட துப்பாக் கிகளைக் கண்டுபிடிக்க முடியாததாலும் நீதிமன்றம் வழக்கை தள்ளுபடி செய்தது.

சாயல்குடி. முதுகுளத்தூர் தாலுக்காவின் ஒரு பகுதி. அங்கே சேதுராமன் செட்டியார் என்பவர் ''சுவாமி விவேகானந்தர் வாசக சாலை'' என்ற அமைப்பை நடத்தி வந்தார். அங்கு விவேகானந்தர் பற்றிய புத்தகங்கள், குறிப்புகள் என்று எல்லாம் இருந்தன. அதன் முதலாம் ஆண்டு விழாவை நடத்த சேதுராமன் முடிவுசெய்தார்.

அந்த விழாவில் சிறப்புரையாற்ற மதுரை கிருஷ்ணசாமி பாரதி அவர்கள் ஒப்புக்கொண்டிருந்தார்.

திட்டமிட்டபடி, 23 ஜூன் 1933 அன்று முதலாம் ஆண்டு விழாவைக் கொண்டாட தொடங்கினார். விழாவுக்கு காங்கிரஸ் பிரமுகர்கள் பலர் வந்திருந்தார்கள். அதில், காமராசரும் ஒருவர். விழா தொடங்குவதற்கான நேரம் நெருங்க நெருங்க சேதுராமன் செட்டியாருக்கு பதற்றம் அதிகரித்தது. காரணம், சிறப்புரை ஆற்றயிருந்த மதுரை கிருஷ்ணசாமி பாரதி வரவில்லை. யாரை அழைத்து விவேகானந்தர் திருவுருவப்படத்தைத் திறந்து, சிறப்புரை நிகழ்த்தச்செய்வது என்ற குழப்பத்தில் இருந்தார்.

அப்போது, நிகழ்ச்சிக்கு வந்த நண்பர் ஒருவர் தேவரை அழைத்து சிறப்புரை ஆற்றச் சொல்லலாம் என்று கூறினார். அவரைத் தொடர்ந்து மேலும் இரண்டு மூன்று பேர் அதே யோசனையைக் கூறினர். அப்போது ஒரு பஞ்சாயத்து விஷயமாக தேவர் இளந்தைக்குளத்துக்கு வந்திருந்தார். தேவரிடம் விஷயத்தைக் கூறி, அழைத்து வரச் சொன்னார் சேதுராமன் செட்டியார். அவர்கள் தேவரைச் சந்தித்துப் பேசினார்.

சாயல்குடி என்ற வார்த்தையைக் கேட்டதுமே தேவரின் முகம் மலர்ந்தது. தனது நண்பர் சசிவர்ணத் தேவர் பிறந்த ஊர் என்று கூறினார். வந்தவர்கள் விஷயத்தைக் கூறினர்.

"இதுல என்ன இருக்கு. விவேகானந்தர் படத்தை திறந்து வைத்து, அவரைப் பற்றி பேசுறது பெரிய பாக்கியமாச்சே" என்று கூறி நிகழ்ச்சியில் கலந்துகொள்ளச் சம்மதித்தார்.

அதற்கு முன்னர் தேவர் மேடையில் பேசியதில்லை. ஆகவே, மதுரை கிருஷ்ணசாமி பாரதி உள்ளிட்டோர் தேவரின் பேச்சைக் கேட்க ஆர்வத்துடன் இருந்தனர். அவர்களுடைய எதிர்பார்ப்புகளை எல்லாம் பூர்த்திசெய்யும் வகையில் தேவர் பேசினார். முதுகுளத்தூரில் இப்படி ஒரு பேச்சாளர் இருப்பதை தெரிந்து கொள்ளாமல் இருந்துவிட்டோமே என்று பலரும் நினைக்கும் அளவுக்கு இருந்தது தேவரின் உரை.

நிகழ்ச்சி முடிந்ததும் சேதுராமன் செட்டியார் தேவரை கையைப் பிடித்துக்கொண்டு, இப்படி ஒரு பேச்சை கேட்டதில்லை என்று கூறினார். இந்த நிகழ்ச்சியில்தான் காமராசரும், தேவரும் முதன்முதலாகச் சந்தித்தனர்.

7

கைரேகைச் சட்டம்

"பிரிட்டிஷாரின் ஆட்சிக்காலத்தில குற்றப்பரம்பரைச் சட்டம் என்ற பெயரில் ஒரு சட்டம் அமலில் இருந்தது.

பிரெஞ்சுப் புரட்சியின் விளைவாகப் பிறந்தது இந்தச் சட்டம். பிரிட்டிஷ் ஆதிக்கத்தை எதிர்க்கும் இனக்குழுக்களையும், எதிர்க்கக்கூடும் என்ற சந்தேகத்துக்கு உரியவர்களையும் தேடிப் பிடித்துக் கைது செய்ய இந்தச் சட்டம் உதவியாக இருந்தது. பிரிட்டிஷ் இந்தியாவில் பஞ்சாப் மாநிலத்தில்தான் இந்தச் சட்டம் அமலுக்கு வந்தது.

மெல்ல மெல்ல இந்தச் சட்டம் அக்கம் பக்க மாகாணங்களுக்கும் பரவத் தொடங்கியது. குறிப்பாக, சென்னை மாகாணத்துக்குள்ளும் நுழைந்தது. அந்தச் சட்டத்தின் கீழ் கைது செய்யப்படுவோர் மீது பரம்பரைப் பரம்பரையாகக் குற்றத் தொழிலில்

ஈடுபடுவோர் என்ற முத்திரையைக் குத்தி, அவர்களைக் கைது செய்யவும், தொடர்ச்சியாகக் கண்காணிக்கவும் செய்தது பிரிட்டிஷ் அரசு.

இந்தச் சட்டத்தின் கீழ் வரும் இனத்தவர்கள் தினமும் மாலையானதும் காவல் நிலையத்துக்கு வந்து கையெழுத்து போட வேண்டும். கையெழுத்து போடத் தெரியாதவர்கள் கைரேகை வைக்கவேண்டும். இந்தச் சட்டத்தின் கீழ் வருவோர் பலரும் படிப்பறிவு இல்லாதவர்களாக இருந்ததால் கைரேகை வைக்க வேண்டியதாக இருந்தது. அதனாலேயே, இந்தச் சட்டத்தை ''கைரேகைச்'' சட்டம் என்று அழைத்தனர்.

சம்பந்தப்பட்டவர் இரவு முழுக்க போலீஸ் கண்காணிப்பில் இருக்க வேண்டும். அவர்களை எந்த நேரத்திலும் கைது செய்யலாம். சிறையில் அடைக்கலாம். இந்தியாவில் இருக்கும் 90 சாதிகளைச் சேர்ந்தவர்கள் இந்தச் சட்டத்தின் கீழ் கண்காணிப்புக்கும் கைதுக்கும் உரியவர்களாகக் கருதப்பட்டனர். திருமணமான மாப்பிள்ளையாக இருந்தாலும் சரி, தீவிரமாக உடல்நிலை பாதிக்கப்பட்டவராக இருந்தாலும் சரி, இந்தச் சட்டத்திலிருந்து விலக்கு கிடையாது. அழைத்தால் வந்து காவல்நிலையத்தில் படுத்துக்கொள்ளவேண்டும். எதிர்க்கேள்வியே கேட்கக்கூடாது. கேட்டால் அடி. உதை. இத்யாதி இத்யாதிகள்.

தென்தமிழகத்தில் இருக்கும் கள்ளர்கள், மறவர்கள், வளையர்கள், குறவர்கள், படையாட்சிகள், வேப்பூர் பறையர்கள் அடங்குவார்கள்.

[Report of the Administration of Madras Presidency 1926 & 27, Madras 1928. P.134]

குற்றப்பரம்பரைச் சட்டத்தின்கீழ் வரும் இனத்தவர்களின் எண்ணிக்கை உயர்ந்தால் சிறப்புக் காவல்நிலையம் அமைக்கும் அளவுக்கு பிரிட்டிஷ் அரசு தீவிரம் காட்டியது. இந்தச் சட்டத்தின் கீழ் கொண்டு வரப்படும் இனத்தவர்கள் இந்தக் காரணத்துக்காகத்தான் கொண்டுவரப்பட்டார்கள் என்று எதுவுமில்லை. இந்த இனத்தவர்கள் கிளர்ச்சியில் ஈடுபடலாம் என்று பிரிட்டிஷ் காவலர்களுக்கு சந்தேகம் வந்தால் போதும். காவல்நிலையத்துக்கு அழைத்துவந்துவிடலாம்.

படையாட்சி சாதியினர் இறைச்சி சாப்பிடுவதைக்கூட காரணமாகக் காட்டி குற்றப்பரம்பரையின் பட்டியலில் சேர்க்கப்பட்டனர். நாடோடிகளைக்கூட பிரிட்டிஷார் விட்டுவைக்கவில்லை.

குற்றப்பரம்பரை சட்டத்தின் கீழ் வரும் இனத்தவர்கள் அடுத்த கிராமத்துக்குச் செல்வதாக இருந்தால் கூட அந்தந்த ஊர் பஞ்சாயத்

உரை நிகழ்த்தும் தேவர்

தாரிடம் இரவுச்சீட்டு வாங்கிக் கொண்டுபோய், அதைச் சேரும் ஊரில் உள்ள பஞ்சாயத்தாரிடம் காண்பிக்க வேண்டும். இரவு 11 மணிக்கும், அதிகாலையிலும் பஞ்சாயத்தார் முன் ஆஜராக வேண்டும். இதில் ஒன்று தவறினாலும், அந்த நபருக்கு தண்டனை கடுமையாக இருக்கும். நடமாடும் சீட்டு இல்லையென்றால் அவர்கள் குற்றம் செய்தவர்களாகக் கருதப்படுவார்கள்.

பெரும்பாலும் காவல் நிலையங்கள் ஊரைவிட்டு பல மைல்கள் தள்ளியிருந்தன. வழியில் என்ன தடங்கல் வந்தாலும், இவர்கள் காவல் நிலையத்துக்குச் சென்றுவிடவேண்டும். சொந்த வேலை எது வந்தாலும் சரி, வீட்டில் யாராவது நோய்வாய்ப்பட்டாலும் சரி, அதைப்பற்றியெல்லாம் கவலைப்படாமல், காவல்நிலையத்தில் ஆஜராகிவிடவேண்டும்.

அந்தச் சட்டத்தை எதிர்த்து பலர் பல விதமான போராட்டங்கள் நடத்தினர். பலர் கைரேகை வைக்க மறுத்தனர். மறுத்தவர்ளைத் தாக்கி, சிறையில் அடைத்தனர் காவலர்கள். 1915ல் மதுரை மாவட்டத்தில் நுழைந்த கைரேகைச் சட்டத்தின்கீழ் ஜனவரி, 1920 வரை 1772 பேர் பதிவு செய்யப்பட்டனர். கைது செய்யப்பட்டவர்களை சுரங்கம், தொழிற்சாலை போன்ற இடங்களில் பிரிட்டிஷார் பயன்படுத்திக் கொண்டார்கள்.

ஏப்ரல் 3, 1920 அன்று தென்னகத்தின் ஜாலியன் வாலாபாக் சம்பவம் என்று சொல்லும் அளவுக்கு துயரச் சம்பவம் ஒன்று நடந்தது.

பெருங்காமநல்லூர் கிராமம். கள்ளர்கள் அதிகம் வாழும் பகுதி. ரேகைச் சட்டத்தின் கீழ் கண்காணிக்கப்படும் பகுதி. ஆனால், அங்கு இருக்கும் மக்கள் ரேகை வைக்கச் சம்மதிக்கவில்லை. போராட்டம் நடத்தினர். இதனால் லவ்லக் என்பவரின் தலைமையின் கீழ் ஆயுதம் ஏந்திய பிரிட்டிஷ் அதிகாரிகள் அந்தக் கிராமத்தைச் சூழ்ந்துகொண்டனர்.

கிராம மக்களை ஊர் மத்திக்கு வரவழைத்து கைரேகை வைக்க உத்தரவிட்டனர். பிரமலைக் கள்ளர்களுக்கும், பிரிட்டிஷாருக்கும் வாக்குவாதம் ஏற்படவே, பிரிட்டிஷார் துப்பாக்கிச் சூடு நடத்தினர். அந்தக் கிளர்ச்சியில் 7 பேர் இறந்து போனார்கள். அவர்களில் உயிருக்கு போராடிய ஒருவருக்குத் தண்ணீர் கொடுத்த பெண்ணும் அடக்கம்.

எழுநூறுக்கும் மேற்பட்ட கிராமத்து மக்களை பெருங்காம நல்லூரில் இருந்து திருமங்கலம் வரை சுமார் இருபது கிலோ மீட்டர் வரை உண்ண உணவின்றி, கால்நடையாக இழுத்து வந்தனர். 68 பேர் வழக்கு போட்டு, 38 பேர் தண்டிக்கப்பட்டார்கள்.

(ரேகை, ஆவணப்படம்)

இந்தச் சம்பவம் நடக்கும்போது தேவர் பசுமலையில் படித்துக் கொண்டிருந்தார். அப்போதே, தேவர் மனத்தில் ஆறாத வடுவாக அந்தச் சம்பவம் பதிந்தது. சமூகப்பணி, விடுதலைப் போராட்டம் என்று களத்தில் குதித்த தேவர், குற்றப்பரம்பரை சட்டத்தை ஒழிக்க முடிவெடுத்தார்.

1932ல் ராமநாதபுரத்தில் குற்றப்பரம்பரை சட்டத்தை எதிர்த்து தேவர் பொதுக்கூட்டத்தில் பேசினார். அதில், ''குற்றம் செய்தவர்களை காவலர்கள் கைது செய்து நடவடிக்கை எடுப்பதில் எந்த ஆட்சேபனையும் இல்லை. அவர்களை பொதுவான சட்டத்தின்கீழ் கைது செய்யுங்கள். ஆனால், பிறப்பின் அடிப்படையிலும், இனத்தின் அடிப்படையிலும் குற்றஞ்சாட்டி, கைதுசெய்து, ஒரு பிரிவினரை குற்றப்பரம்பரையாக ஏற்றுக்கொள்ள முடியாது'' என்றார்.

மேலும், ''வெள்ளையர்களின் சொந்த நாடான இங்கிலாந்தில் குற்றங்கள் நடக்கவில்லையா? அங்கே இதேபோன்ற சட்டம் இருக் கிறதா? அங்கே குற்றவாளிகள் என்று அறிவிக்கப்பட்டு, அவர்களின்

பிறப்பை கேவலப்படுத்துவார்களா? என்பன போன்ற கேள்விகளை எழுப்பினார். ஊர் ஊராக 'குற்றப்பரம்பரைச்' சட்டத்துக்கு எதிராக தேவர் பிரசாரம் செய்தார். "கட்டை விரலை வெட்டிக் கொள். சிறைக்கு போ. ஆனால், ரேகை வைக்காதே" என்று தேவர் முழக்கமிட்டார்.

முகம்மது உஸ்மன்

கைரேகைச் சட்டத்துக்கு எதிராக தேவர் பிரச்சாரம் செய்வது குறித்து விசாரிப்பதற்காக அவரை சிவகாசி சரக காவல்நிலையத்துக்கு அழைத்தனர். மாவட்ட டி.எஸ்.பியின் கேள்விகளுக்கு பதில் அளித்தார் தேவர். மேடையில் பேசிய தனது கருத்துக்களை காவல் நிலையத்திலும் பேசினார்.

விசாரணை முடியும்போது, "குற்றப்பரம்பரைச் சட்டத்துக்கு எதிராக ஒரு மாநாடு நடத்தப் போகிறேன். மாநாடு முடிந்ததும், அதன் தீர்மானத்தை கவர்னர் முதலான பெரியவர்களுக்கு தரப்போகிறேன். அந்த மாநாட்டில் நீங்கள் அவசியம் கலந்துகொள்ள வேண்டும்" என்றார் தேவர்.

தேவர் விசாரணைக்கு வந்தாரா அல்லது மாநாட்டுக்கு அழைக்க வந்தாரா என்ற குழப்பம் டி.எஸ்.பிக்கு வந்தது. வியப்போடு தேவரைப் பார்த்தார். புன்னகையோடு விடைபெற்ற தேவருக்கு வெளியில் இருந்த பொதுமக்கள் வாழ்த்துக்கோஷம் எழுப்பினர். "ரேகை சட்டம் ஒழிக ! தேவர் மகான் வாழ்க" என்ற கோஷம் எங்கும் ஒலித்தது.

பசும்பொன் அருகில் இருக்கும் அபிராமம் என்னும் ஊரில் மாநாடு நடத்த தேவர் திட்டமிட்டார். 1934, மே 12, 13 என்ற இரண்டு நாள்களுக்கு மாநாடு நடந்தது. ஆயிரக்கணக்கான மக்கள் கூடினார்கள். அந்த மாநாட்டில் குற்றப்பரம்பரை சட்டத்தால் பாதிக்கப்படாதவர்களும் பெருந்திரளாகக் கலந்துகொண்டனர்.

இந்த மாநாட்டுக்கு குற்றப்பரம்பரை சட்டத்தால் பாதிக்கப்பட்டவர் தலைமை தாங்க வேண்டும் என்று நினைத்த தேவர், காங்கிரஸ் பிரமுகரான டாக்டர். வரதராஜுலுவை தலைமையேற்க அழைத்தார். மாநாட்டின் உறுப்பினர்களாக தேவர், சசிவர்ணத் தேவர், பிள்ளையார்குளம் பெருமாள் தேவர், நவநீத கிருஷ்ணத் தேவர் போன்றோர் இருந்தனர்.

இந்த மாநாட்டின் முடிவில், கைரேகைச் சட்டத்தை ரத்து செய்ய வேண்டும் என்ற தீர்மானம் நிறைவேற்றப்பட்டது. அந்தத் தீர்மானத்தை ஐவர் கொண்ட குழு அப்போதைய சென்னை மாகாணத்தின் கவர்னரான முகம்மது உஸ்மானிடம் ஒப்படைத்தனர்.

''இந்தச் சட்டத்தால் நீங்கள் பாதிக்கப்பட்டிருப்பது புரிகிறது. ஆனால், இந்தச் சட்டங்கள் என்னால் கொண்டு வரப்பட்டவை அல்ல. டெல்லியில் இருக்கும் கவர்னர் ஜெனரலால் போடப்பட்டது. இதை என்னால் ரத்து செய்ய முடியாது. உங்கள் மனுவை மத்திய அரசுக்குத் தெரிவிக்கிறேன்'' என்றார்.

சென்னை மாகாண கவர்னர் சொன்னபடி செய்தார். குற்றப் பரம்பரை சட்டம் முழுமையாக நீக்கப்படவில்லை என்றாலும், பாதிக்கப்பட்டவர்களின் எண்ணிக்கை இரண்டாயிரத்தில் இருந்து நானூறுக்குக் கீழ் வந்தது.

பிரசார மனிதரல்ல, பிரச்னை மனிதர்!

மக்களுக்கு எதிரான சட்டத்தின் வீரியம் சற்றே குறைந்தாலும், அந்தச் சட்டத்தை முழுமையாக அகற்றும் வரை அந்த போராட்டம் முழுமையடையாது என்பதால் தொடர்ந்து போராட்டத்தில் ஈடுபடத் தயாரானார். அந்த வகையில் அக்டோபர் 27, 1936 அன்று கமுதியிலிருந்து முதுகுளத்தூர் போகும் வழியில் பேரையூர் கிராமத்தில் கூட்டம் நடந்தது. சுமார் 7000 பேர் வரை கூட்டத்தில் கலந்துகொண்டனர். குற்றப்பரம்பரைச் சட்டத்தை எதிர்த்தும் பிரிட்டிஷாரை கடுமையாக விமரிசித்தும் பேசினார். அப்போது அந்த வழியாகச் சென்ற காவலர்கள் தேவர் தொடர்ந்து பேச தடைவிதித்தனர்.

இந்தத் தடை நியாயமற்றது என்று சொல்லி, சசிவர்ணத்தேவர், வேலுச்சாமி நாடார், சுப்பையா பிள்ளை, முருகையா பிள்ளை, ஆறுமுகம் பிள்ளை போன்றோர் நீதிமன்றத்தில் வழக்கு தொடுத்தனர். என்றாலும்,

தேவர் எதைப்பற்றியும் கவலைப்படாமல் அக்டோபர் 28 அன்று கமுதியிலும், அக்டோபர் 29 அன்று மண்டலமாணிக்கத்திலும், அக்டோபர் 30 அன்று முதுகுளத்தூரிலும், நவம்பர் 3 அன்று வளநாட்டிலும், நவம்பர் 4 அன்று பெருநாழியிலும் பிரிட்டிஷாரை விமரிசித்துப் பேசினார்.

8 முதல் தேர்தல் களம்!

"1936 ஆம் ஆண்டு. ஆங்கிலேயர்கள் சென்னை மாகாணத்தில் ஜில்லா போர்டு தேர்தல் அறிவித்திருந்தனர். இப்போது, நமக்கு உள்ளாட்சி தேர்தல் நடப்பது போல் பிரிட்டிஷார் காலத்தில் ஜில்லா போர்டு இருந்தது.

காங்கிரஸ் சார்பாக பல இடங்களில் தங்கள் பிரதிநிதிகளை தேர்தலில் நிற்க வைத்தனர். தேவர் முதுகுளத்தூர் பகுதியில் காங்கிரஸ் சார்பாக நின்றார். தேவர் வேட்பாளராகப் போட்டியிட்ட முதல் தேர்தல் அதுதான்.

தான் நிற்கும் பகுதியில் மட்டும் பிரச்சாரம் செய்யாமல், காங்கிரஸ் பிரமுகர்கள் போட்டியிடும் மற்ற பகுதிகளுக்கும் சென்று பிரச்சாரம் செய்தார். தேவரின் தீவிர பிரச்சாரத்தால் காங்கிரஸுக்கு பெரும்

தீரர் சத்தியமூர்த்தி

வெற்றி கிடைத்தது. தேவர் அவர் நின்ற தொகுதியில் வெற்றிபெற்றார். காங்கிரஸ் ராமநாதபுரத்தில் வெற்றி பெற்றதற்கு தேவரின் பிரச்சாரம் முக்கிய பங்கு வகித்தது.

அப்போதைய தமிழ்நாடு காங்கிரஸ் கமிட்டியின் தலைவர் சத்தியமூர்த்தி, ''காங்கிரஸின் வெற்றிக்கு தேவரின் துடிப்பு மிக்க பிரசாரமும், மக்கள் அவர் மீது வைத்திருக்கும் அபிமானமும் தான் காரணம். அவர் செய்த பணி காங்கிரஸ் கட்சி என்றும் மறக்காது'' என்றார்.

ஜில்லா போர்டு தேர்தலில் வெற்றி பெற்ற உறுப்பினர்கள் தங்களுக்கான தலைவரைத் தேர்ந்தெடுக்க வேண்டும். பெரும்பாலான உறுப்பினர்கள் தேவர்தான் ஜில்லா போர்டு தலைவராக வேண்டும் என்று விரும்பினார்கள்.

ஆனால், காங்கிரஸ் மேலிடத்தின் செல்வாக்கு பெற்ற சுப்பராயன், ''ராஜபாளையத்தைச் சேர்ந்த பி.எஸ்.குமாரசாமி ராஜாவை தலைவராக்க வேண்டும்'' என்றார்.

தேவருக்கு எந்தப் பதவி மேலும் ஆசையில்லை. அது மட்டுமில்லாமல் கட்சியின் முடிவுக்கு கட்டுப்பட வேண்டும் என்று நினைத்தார். அதனால், தேவரே குமாரசாமியின் பெயரை தலைவர் பதவிக்கு முன் மொழிந்தார். காங்கிரஸ் உறுப்பினர்கள் பலரும் தேவரின் பெருந்தன்மையைப் பாராட்டினர்.

1937ம் ஆண்டு சட்டமன்ற தேர்தல் அறிவிப்பு வெளியானது. அதில், காங்கிரஸ் தேர்தலில் போட்டியிட முடிவு செய்தது. காங்கிரஸ் கட்சியின் வலுவான எதிரியாக ஜஸ்டிஸ் கட்சி இருந்தது. அதனால், ஒவ்வொரு பகுதியிலும் வலுவான வேட்பாளரைத் தேர்வு செய்து தேர்தலில் போட்டியிட காங்கிரஸ் கட்சி தீர்மானித்தது.

இன்று, பதினெட்டு வயது நிரம்பியவர்கள் எல்லோருக்கும் ஓட்டு போடும் உரிமையிருக்கிறது. ஆனால் அன்று அப்படியல்ல. நிலம் வைத்திருப்பவர்கள், அரசுக்கு வரி செலுத்துபவர்கள், பணம் படைத்தவர்கள் மட்டும்தான் ஓட்டுப்போட முடியும். வெளிப்படையாக சொல்ல வேண்டுமென்றால் பணக்காரர்களும், ஜமீன்தார்களும் மட்டுமே ஓட்டுப் போட முடியும்.

பரமக்குடி, முதுகுளத்தூர் பகுதிகள் ராமநாத புரம் தொகுதிக்குள் இருந்தது. நீதிக்கட்சியின் சார்பாக ராமநாதபுரம் மகாராஜா சண்முக ராஜேஸ்வர சேதுபதி போட்டியிட்டார், செல்வம் படைத்தவர். அந்தப் பகுதியில் அதிக செல்வாக்குடையவர். வரி செலுத்தும் நிலப் பட்டாதாரர்கள் சமஸ்தானத்தை எதிர்த்து எப்படி ஓட்டுப் போடுவார்கள் என்று காங்கிரஸ் கட்சி யோசித்தது.

பி.எஸ்.குமாரசாமி ராஜா

சண்முக ராஜேஸ்வர சேதுபதிக்கு எதிராக ராமநாதபுரத்தில் யாரை நிறுத்துவது என்று காங்கிரஸ் மேலிடம் குழம்பியது. அப்போது, காங்கிரஸின் மூத்த தலைவர்களான ராஜாஜியும், சத்தியமூர்த்தியும் தேவரை ராமநாதபுரத்தின் வேட்பாளராக அறிவிக்கலாம் என்று யோசனை கூறினர். தேவரைப் பற்றி அறிந்த காங்கிரஸ் மேலிடம் அந்த யோசனையை ஏற்றுக்கொண்டது.

அப்போதைய பார்லிமெண்டரி போர்ட் செயலாளராக இருந்த வல்லபபாய் பட்டேல் சென்னை மாகாணத்தில் இருப்பவர்களை விசாரித்தபோது அவர்களும் அதே கருத்தைத்தான் கூறினர். அதனைத் தொடர்ந்து ராமநாதபுரம் வேட்பாளராக தேவரை நிறுத்த முடிவு செய்தார் பட்டேல்.

அந்தக் காலத்தில், காங்கிரஸ் வேட்பாளராக போட்டியிட விரும்புகிறவர்கள், காங்கிரஸ் கமிட்டிக்கு விண்ணப்பத்தை பூர்த்தி செய்து, அதற்கான பணத்தையும் கட்ட வேண்டும். தேர்தலில் வேட்பாளராகத் தேர்வு செய்யும்படி மனு ஒன்று கொடுக்க வேண்டும். அந்தக் காரியங்களை தேவர் செய்யவில்லை. அவருக்கு தேர்தலில் போட்டியிடப் போகிறோம் என்று விபரமும் தெரியவில்லை.

காங்கிரஸ் மேலிடத்தில் இருந்து தேவருக்கு ஒரு தந்தி வந்தது, "ராமாநாதபுரம் ராஜாவைத் எதிர்த்து போட்டியிட நீங்கள் சரியான வேட்பாளர் என்று இந்திய காங்கிரஸ் பார்லிமெண்டரி போர்டு கருதுகிறது. எனவே வேட்புமனுவை தாக்கல் செய்யுங்கள். அதற்கான பணத்தையும் உங்களுக்கு அனுப்பியுள்ளோம்" என்று இருந்தது. 250 ரூபாய் மணியார்டரும் வந்து சேர்ந்தது.

உண்மையில் தேர்தலில் போட்டியிடும் ஆசை தேவருக்கு இல்லை. அதேசமயம், பிரிட்டிஷாரின் ஆட்சியில் இந்தியர்கள் பதவி வகித்தால், அது இந்தியர்களுக்கு எதிரான திட்டத்தைத் தடுக்கவும், இந்தியர்களுக்கு ஆதரவாகச் செயல்படவும் உதவியாக

இருக்கும் என்ற நம்பிக்கை இருந்தது. அன்றைய கால கட்டத்தில் தேவருக்கு காங்கிரஸ் கட்சி மீது நல்ல மரியாதை. அந்தக்கட்சியின் கொள்கை கட்டுப்பாட்டுக்கு என்றும் ஒத்துப்போகவேண்டும் என்று நினைத்தார். எல்லாவற்றுக்கும் மேலாக, காங்கிரஸ் வெற்றிபெற்றால் 'குற்றப்பரம்பரை' சட்டத்தை முழுமையாக ஒழிக்க முடியும் என்று நம்பினார்.

தேவர் ராமநாதபுரம் கலெக்டர் அலுவலகம் வந்தபோது, வேட்பாளர் மனுத்தாக்கல் செய்ய சரியாக முப்பது நிமிடங்கள் பாக்கி இருந்தது. ராஜா சேதுபதி அவர்கள் போட்டியில்லாமல் வெற்றி பெறுவார் என்று அவரது ஆதரவாளர்கள் நம்பியிருக்கும் வேளையில் தேவர் தனது வேட்பு மனுவை கலெக்டரிடம் கொடுத்தார்.

தேவர் மீது ராஜா சேதுபதி ஆதரவாளர்களுக்கு ஏமாற்றம் இருந்த வேளையில், ஒருவருக்கு தேவர் மீது அதிக கோபம். அவர் தேவரின் தந்தை உக்கிரபாண்டியத் தேவர். ராமநாதபுரம் ராஜாவுக்கு ஆதரவாகச் செயல்பட்டுக்கொண்டிருந்தார் உக்கிரபாண்டியத் தேவர். ஆகவே, ராமநாதபுரம் ராஜாவை மட்டுமல்ல, உக்கிரபாண்டியத் தேவரையும் சேர்த்து தேவர் எதிர்த்து நிற்கிறார் என்று பலரும் பேசிக்கொண்டனர். தேவர் தன்னை எதிர்ப்பவர்களைப் பற்றி கவலைப்படவில்லை. தேர்தல் பிரச்சாரத்தில் தீவிரமாக இறங்கினார்.

ராமேஸ்வரத்துக்கு வருபவர்கள் மன்னர் அரண்மனைக்குச் சென்று மன்னர் பாதம் தொடுவது வழக்கம். அப்படிப்பட்ட அரசரை எதிர்த்து தேவர் போட்டியிடுகிறார். தேவரின் தந்தை தேவருக்கு எதிராக இருந்தார். "என் மகன் நம் ஜாதித் தலைவர் சேதுபதி ஐயாவை எதிர்க்கிறான். அவனுக்கு யாரும் ஓட்டுப் போடாதீர்கள்" என்று பிரச்சாரம் செய்தார்.

முக்கியமாக, அப்போது தேவர் மீது "வாய்ப்பூட்டு சட்டம்" அமலில் இருந்தது. தேவர் மேடையில் பேசுவதற்குத் அரசு தடைவிதித்திருந்தது. மீறிப் பேசினால் தேவர் கைது செய்யப்படுவார். மணிக்கணக்கில் பேசக் கூடிய தேவர், தனது தேர்தல் பிரச்சாரத்தின்போது ஒரு வார்த்தைகூட பேச முடியவில்லை. மேடையேறி மக்களைப் பார்த்துக் கும்பிடுவார். அவருக்கு ஆதரவாக காங்கிரஸ் ஆட்கள் பேசுவார்கள்.

அந்தத் தேர்தல் பிரச்சார மேடையில் 'அரிசந்திரா' நாடகம் போட்டனர், அதில், "ஆதியிலும் பறையனல்ல, சாதியிலும் பறையனல்ல, பாதியிலே பறையன் ஆனேன் விசுவாசத்தால்"

மேலே நிற்பவர்கள் இடமிருந்து வலம்: சோமசுந்தர பாரதியார். சத்திய மூர்த்தி. குருசாமி முதலியார். வேதநாயகம்பிள்ளை. நாற்காலியில் அமர்ந்தி ருப்பவர்கள்: வரதராஜுலு நாயுடு. வ.உ.சிதம்பரம்பிள்ளை. பசும்பொன் முத்துராமலிங்கத்தேவர். கீழே அமர்ந்திருப்பவர்கள்: முத்துச்சாமி ஆசாரி, சீனிவாசன், கர்ம வீரர் காமராஜர்.

என்று பாட்டுவரும். அதுபோல் தேவர் ஆதியிலும் ஊமையல்ல, வியாதியிலும் ஊமையல்ல, பாதியிலே ஊமையானேன் என்பது போல் மக்களுக்கு நாடகத்தில் மறைமுகமாகச் சொல்லுவார்கள்.

(ஆங்கிலேய அரசு இருவருக்கு மட்டுமே வாய்பூட்டு சட்டத்தை போட்டிருக்கிறது. ஒருவர் பாலகங்காதர திலகர். இன்னொருவர் முத்துராமலிங்கத் தேவர்.)

"நாங்கள் கான்ஸ்டிடியூஷன்படி வேலை செய்யப் போகவில்லை. அதை உடைத்து, குற்றப்பரம்பரைச் சட்டத்தின் ஏடுகளைச் சட்டப் புத்தகத்திலிருந்து பக்கம் பக்கமாகக் கிழித்தெறியப் போகிறோம். ஆகையால் எங்களுக்கு ஓட்டுப் போடுங்கள்" என்று காங்கிரஸ் கட்சியினர் பிரச்சாரம் செய்தனர்.

ஆதாரம்: சட்டப்பேரவையில் பசும்பொன் தேவர், பக். 50-51

இப்போது இருப்பதுபோல் அப்போது கட்சிகளுக்குச் சின்ன மில்லை. ஒவ்வொரு கட்சிக்கும் தனித்தனி நிறத்தில் பெட்டி ஒதுக்கப்படும். அதன் அடிப்படையில் ஜஸ்டிஸ் கட்சிக்கு சிவப்பு பெட்டியும், காங்கிரஸ் கட்சிக்கு மஞ்சள் பெட்டியும் ஒதுக்கப்பட்டிருந்தன.

இந்தத் தேர்தலில் தேவருக்கு எதிராகப் பல விஷயங்கள் இருந்தன. ஆனால் மன்னருக்கு ஆதரவாகப் பலர் இருந்தார்கள். இருப்பினும், எல்லாத் தடைகளையும் மீறி காங்கிரஸின் மஞ்சள் பெட்டியில் அதிக ஓட்டுகள் விழுந்தன. தேவர் ராமநாதபுரம் மன்னரைவிட அதிக வாக்குகள் பெற்று வெற்றிபெற்றார்.

1937 தேர்தலின்போது சாதாரண குடிமகன்கள் அனைவரும் ஓட்டுப் போட முடியாது. அவர்கள் எல்லாம் வேலை மட்டுமே செய்ய வேண்டும். முதலாளிகள் மட்டுமே ஓட்டுப் போட முடியும். முதலாளி என்று சொல்லும் அளவுக்கு சொந்தமாக வீடு, ஆடு, மாடு வைத்திருக்க வேண்டும். அரசுக்கு வரி கட்ட வேண்டும். அரசுக்கு வரி கட்டும் அளவுக்குச் சொந்தமாக எந்தப் பொருளையும் வைத்துக் கொள்ளாதவருக்கு, ஆளும் அரசைத் தீர்மானிக்கும் அதிகாரம் இல்லை என்பது பிரிட்டிஷாரின் எண்ணம்.

சொத்து வரி கட்டாதவர்கள் ஓட்டுக்கூட போட முடியாதபோது, தேர்தலில் நிற்பது என்பது சாத்தியமில்லாத ஒன்று. அப்படிப்பட்ட சூழ்நிலையில் காமராசரை விருது நகர் வேட்பாளராக நிறுத்த காங்கிரஸ் தலைமை முடிவெடுத்தது. ஆனால், அன்றைய தேதியில் காமராசர் பெயரில் எந்தச் சொத்தும் இல்லை. இருந்த ஒரு வீடு கூட காமராசரின் தாயார் சிவகாமி அம்மையார் பெயரில் இருந்தது.

தேவர் காமராசரின் தாயாரைச் சந்தித்தார். காமராசரின் பெயருக்கு வீட்டை மாற்றிக் கொடுத்தால் அவரால் தேர்தலில் நிற்க முடியும் என்றார்.

''வீட்டில் ஒரு பெண் பிள்ளை இருக்கிறாள். இந்த வீட்டை விட்டால் வேறு சொத்தில்லை. இதை என் மகன் பெயரில் எழுதிக் கொடுத்தால், என்னுடைய மகளின் திருமணத்துக்கு என்னால் எதுவும் செய்ய முடியாது'' என்றார் சிவகாமி அம்மையார்.

அவரது நிலைமையை உணர்ந்த தேவர், ஒரு வெள்ளாட்டை வாங்கி காமராசரிடம் கொடுத்தார். நகராட்சியில் வெள்ளாட்டுக்கு வரி செலுத்தி, அதற்கான ரசீதையும் காமராசரிடம் கொடுத்தார்.

(1957 ஆம் ஆண்டு சட்டமன்ற தேர்தலில் காஞ்சிபுர தொகுதியில் போட்டியிட்ட என்.ஜி.சக்கரவர்த்தியை ஆதரித்து தேவர் பேசிய பொதுக்கூட்டத்தில் கூறிய தகவல்)

9

ஒழிந்தது குற்றப்பரம்பரைச் சட்டம்!

“தேர்தலில் வெற்றிபெற்றால் குற்றப் பரம்பரைச் சட்டத்தை ரத்து செய்வதாக தேவருக்கு வாக்குறுதி அளித்திருந்தது காங்கிரஸ் கட்சி. ஆனால், தேர்தல் வெற்றிக்கு பிறகு ராஜாஜியின் ஆட்சி குற்றப்பரம்பரை சட்டத்தை ரத்துச் செய்வதற்கான எந்த நடவடிக்கையையும் மேற்கொள்ளவில்லை. அதற்கான அறிவிப்பும் வரவில்லை. அதனால், அரசுக்கு எதிராக தேவர் பேசத் தொடங்கினார்.

ஜூலை 27,1938 அன்று அருப்புக்கோட்டையில் நடந்த பொதுக்கூட்டத்தில் பேசிய தேவர், 'அரசு அலுவலகங்களும், காவல்துறையும் இந்த தேசத்தின் துரோகிகளாகச் செயல்பட்டு வருகின்றன' என்று குற்றம் சாட்டினார். காங்கிரஸ் ஆட்சி, ராஜாஜி தலைமையின் கீழ் முடைநாற்றமெடுத்த ஆட்சியை நடத்தி வருவதாகவும், மக்கள் நல நடவடிக்கைகள் எதையும் மேற்கொள்ளவில்லையெனவும் விமரிசித்தார்.

குற்றப்பரம்பரைச் சட்டத்துக்கு எதிராக தொடர்ந்து போராடினார் தேவர். அந்த வகையில் பிப்ரவரி 15, 1939 அன்று திருப்பரங்குன்றத்தில் தேவர் ஒரு மாநாட்டை நடத்தினார். பெருமளவில் கூடிய கூட்டத்துக்கு முன்னால் பேசிய தேவர், "வீரம் மிக்க பரம்பரையில் வந்தவர்கள் நீங்கள். குற்றப் பரம்பரைச் சட்டத்துக்கு உட்பட்டு, போலீசாரால் நாயிலும் கேடாக நடத்தப்பட நீங்கள் என்ன கோழைகளா? கையாலாகாதவர்களா?" என்றார். சி.டி (Criminal Tribe) சட்டத்தால் கைது செய்யப்பட்டவர்களை காவல் நிலையத்தில் நாயோடும் பன்றியோடும் படுக்கப்போடுவது மட்டுமல்லாமல், இரவு ஆஜர்படுத்த வேண்டும் என்று சொல்லி தூங்கவும் விடுவதில்லை என்று காவலர்களைக் கடுமையாக பேசி னார்.

ஆர்.வி.சுவாமிநாதன்

ஜூன் 18, 1939 அன்று உசிலம்பட்டியில் நடந்த ''கள்ளர் இளைஞர்'' மாநாட்டில் பேசுவதற்காக அழைக்கப்பட்டிருந்தார் தேவர். அந்தக் கூட்டத்தில் இளைஞர்களை எழுச்சியூட்டும் விதமாக தேவர் பேசினார்.

''படித்த வெள்ளைக்காரர்கள் படிக்காத பாமரர்களின் மீது மனித நேயமற்ற ரேகைச் சட்டத்தை அமல்படுத்தியிருக் கிறார்கள். மராத்தியர்கள், சீக்கியர்கள் மற்றும் தமிழகத் தில் உள்ள வீரம்செறிந்த மக்கள் மீது அந்தச் சட்டத்தைத் திணித்து, அதன்மூலம் தங்கள் ஆட்சியைக் காப்பாற்றிக் கொள்ள முயல்கிறார்கள்'' என்றார்.

மேலும், ''இளைஞர்கள் தங்கள் கைரேகையை காவல் நிலை யத்தில் பதித்து, தங்களைக் குற்றவாளிகள் என ஏற்றுக்கொள்வதை விட, இந்தச் சட்டத்தை எதிர்த்து சிறைக்கு செல்வதே சிறந்தது'' என்றார். தனது உரையின்மூலம் பிரமலைக்கள்ளர் இளைஞர்களை தூண்டிவிடுவதாக தேவர் மீது குற்றம் சாட்டினர். மேலும், அவர் மீது பாதுகாப்பு சட்டப்பிரிவு 112ன் கீழ் வழக்கு தொடர்ந்தனர்.

(Letter of the Superintendent of Police, (CID) No.15770/C dated 03.07.1939)

குற்றப் பரம்பரைச் சட்டத்தை ஒழிப்பதுதான் தன்னுடைய முதல் லட்சியம் என்று செயல்பட்டார் தேவர். மாநாடு, பொதுக்கூட்டம் என்று வாய்ப்பு கிடைக்கும் இடங்களில் எல்லாம் குற்றப்பரம்பரைச் சட்டத்துக்கு எதிராகப் பேசினார். அப்போது திரிபுராவில் அகில இந்திய காங்கிரஸ் மாநாடு நடந்தது.

அதில், குற்றப்பரம்பரைச்சட்டத்துக்கு எதிர்ப்பு தெரிவித்தும், அதை ரத்து செய்யக் கோரியும் தீர்மானம் ஒன்றைக் கொண்டு வந்தனர். அதன்மூலம், குற்றப்பரம்பரைச் சட்டத்துக்கு எதிரான நிலைப்பாட்டை காங்கிரஸ் எடுத்திருக்கிறது என்பது தெளிவானது. ஆகவே, தமிழகத்திலும் அந்தச் சட்டத்துக்கு எதிர்ப்பு எழும் என்று நம்பினார் தேவர்.

அப்போது முதல்வர் ராஜாஜி மதுரைக்கு வந்திருந்தார். அவரைச் சந்திப்பதற்காக ஒரு பெரும் கூட்டத்தைக் கூட்டினார் தேவர். கம்பத்திலிருந்து மதுரை வரை இருக்கும் தனது தொண்டர்களை திரட்டி ஊர்வலமாக வரச் செய்தார். பெருங்காமநல்லூரில் 17 பேர்கள் இறந்தபோதுகூட இப்படி ஓர் எழுச்சி ஏற்படவில்லை. தேவர் தலைமையில் இரண்டு மைல்களுக்கு மக்கள் தலைகள் தெரிந்தன.

அந்த ஊர்வலத்தில் பிரமலைக்கள்ளர்கள் மட்டுமல்லாமல் மற்ற பொதுமக்களும் கலந்துகொண்டனர். ''ரேகைச் சட்டத்தை ரத்து செய்! இல்லையென்றால் தேவர் தலைமையில் போராட்டம் வெடிக்கும்!'' என்ற கோஷங்கள் எழுப்பப்பட்டன. அன்றைய காங்கிரஸ் சட்டமன்ற உறுப்பினரான ஆர்.வி.சுவாமிநாதனும் தேவருக்கு ஆதரவாக பேரணியில் கலந்துகொண்டார்.

பெரும் கூட்டத்துடன் வந்த தேவர் ராஜாஜியிடம் ரேகை சட்டத்தை ரத்து செய்யக் கோரி மனு கொடுத்தார். அதற்குச் சாதகமான பதில் எதையும் ராஜாஜி சொல்லவில்லை. ஆனால், தேவருக்கு ஆதரவாகக் கூடிய கூட்டம் அவருக்குள் பெரும் தாக்கத்தை ஏற்படுத்தியது. தேவரின் செல்வாக்கு ராஜாஜி உள்ளிட்ட பலருக்கும் புரியத் தொடங்கியது,

குற்றப்பரம்பரைச் சட்டத்தை ரத்து செய்ய வலியுறுத்தி தேவர் நடத்திய போராட்டங்கள் அதிகாரத்தில் இருப்பவர்களை நடுங்கவைத்தன. அந்தச் சட்டத்தை நியாயப்படுத்த அரசு தரப்பில் முயற்சிகள் மேற்கொண்டனர்.

ஒரு அதிகாரி கவர்னரிடம் ''மதுரையில் ஜல்லிக்கட்டு மிகவும் பிரபலம். அதைத் தாங்கள் காண்பதற்கு ஏற்பாடு செய்யட்டுமா?'' என்றார்.

கவர்னர் ''எனக்கு இந்த ஊரில் நடக்கும் போட்டிகளைப் பார்க்க வேண்டும் என்று ஆசையாக இருக்கிறது. ஏற்பாடு செய்யுங்கள்'' என்றார்.

கவர்னர் பார்ப்பதற்காக உசிலம்பட்டி அருகில் உள்ள சிந்துப்பட்டி கிராமத்தில் ஏற்பாடு செய்யப்பட்டது. அந்த ஜல்லிக்கட்டுப் போட்டி ஏற்பாட்டுக்கு உள்காரணமும் இருந்தது. சீறிப் பாய்ந்து வருகிற முரட்டுக் காளைகளை கள்ளர்கள் அடக்குவதை கவர்னர் பார்த்தால் அவர் மிரளக்கூடும். இப்படிப்பட்ட முரடர்களுக்கு குற்றப்பரம்பரைச் சட்டம் தேவை என்பதை கவர்னர் ஏற்றுக் கொள்வார் என்று நினைத்தனர்.

அரசு அதிகாரிகளின் உள்நோக்கம் தேவர் காதுக்கு வந்தது. உள்ளங்கை அளவில் ஓர் அறிவிப்பைத் தயார் செய்தார். அதை அச்சடித்து துண்டுப் பிரசுரமாக மக்களுக்கு விநியோகம் செய்யச் சொன்னார். அந்தப் பிரசுரத்தில், ''சிந்துப்பட்டியில் நடக்கவிருக்கும் ஜல்லிக்கட்டுப் போட்டிக்காக மாட்டைக் கொண்டு போவதோ அல்லது அங்கு வரும் காளைகளை அடக்கச் செல்வதோ கூடாது'' என்று குறிப்பிட்டிருந்தார்.

நிகழ்ச்சியன்று கவர்னர் சிந்துப்பட்டி கிராமத்துக்கு வந்தார். செக்கானூரணியில் இருந்து உசிலம்பட்டி வரைக்கும் சாலையில் போட்டிக்கான கொண்டாட்டமில்லை. அமைதியான சாலையை பார்த்துக் கொண்டே கவர்னர் சென்றார்.

''இங்கு ஜல்லிக்கட்டு போட்டி நடக்கப் போவதாகச் சொன்னீர்கள். அதற்கான அறிகுறி எதுவும் தெரியவில்லையே'' என்று கேட்டார் கவர்னர்.

அப்போது கவர்னர் அருகில் அப்போதைய மதுரை கலெக்டர் வந்தார். ''தேவர் இந்த பகுதி முழுக்க இதைக் கொடுத்திருந்ததால் யாரும் வரவில்லை'' என்று சொல்லி, தேவர் விநியோகம் செய்த துண்டறிக்கையை காட்டினார்.

துண்டறிக்கையின் மூலம் ஒரு பகுதியை கட்டுப்படுத்த முடியும் என்பதை கவர்னர் அப்போதுதான் பார்த்தார். தேவரின் செல்வாக்கை கண்டு வியந்தபடியே அங்கிருந்து புறப்பட்டார் கவர்னர். அதன்பிறகு குற்றப்பரம்பரைச் சட்டத்தின் தாக்கம் முன்பைவிட கொஞ்சம் குறையத் தொடங்கியது. அப்போது அந்தச் சட்டத்தின் கீழ் பதினைந்தாயிரம் பேருக்கு மேல் கண்காணிக்கப்பட்டனர். ஆனால், வெறும் 35 பேர்

மட்டுமே குற்றம் நிருபிக்கப்பட்டு தண்டனை வழங்கப்பட்டனர். மற்றவர்கள் எல்லோரும் தவறு செய்யாமல், காவலர்களின் தொல்லைக்கு ஆளானார்கள் என்பதே நிதர்சனம்.

குற்றப்பரம்பரைச் சட்டத்தின் தாக்கம் குறைந்தாலும், அதை முழுமையாக நீக்குவதற்கான விவாதங்கள் தொடர்ச்சியாக நடந்தன. 1947 ஏப்ரல் மாதம் அன்றைய சென்னை மாகாணத்தின் உள்துறை அமைச்சரான பி.சுப்பராயன் குற்றப்பரம்பரைச் சட்டத்தை ரத்துச் செய்வதற்கான சட்ட முன் வடிவை சமர்ப்பித்தார். அந்தக் கூட்டத்தில் பேசிய ஆர்.வி. சாமிநாதன், குற்றப்பரம்பரைச் சட்டத்தை நீக்குவதற்காக தேவர் நடத்திய போராட்டங்களை நினைவுகூர்ந்தார்.

மே 5 1947ல் குற்றப்பரம்பரைச் சட்டத்தை நீக்குவதற்கான ஆளுநர் ஜெனரலின் அங்கீகாரம் கிடைத்தது. ஜூன் 5, 1947ல் குற்றப்பரம்பரைச் சட்டத்தை அதிகாரப்பூர்வமாக ரத்து செய்வதாக அறிவித்தனர்.

பல ஆண்டுகள் தேவர் நடத்திய போராட்டத்துக்கு அன்றுதான் முழுவெற்றி கிடைத்தது.

10 ஆலயப் பிரச்னையும் ஆலைப் பிரச்னையும்!

▸ஆலயப் பிரவேசத்துக்குப் பிறகு மீனாட்சி வழிபாடு!

"1938 ஆம் ஆண்டு ராஜாஜி மந்திரி சபை ஹரிஜன ஆலயப் பிரவேசத்தை சட்டமாக்கியது. அப்போது

பிற்படுத்தப்பட்ட மக்கள் ஆலயத்துக்குள் நுழையக் கூடாது என்ற கட்டுப்பாடு இருந்தது. அதையும் மீறி நுழைந்துவிட்டால் சம்பந்தப்பட்டவர்களுக்கு தண்டனை தரப்படும். அதைத் தகர்த்து எரிவதற்காக காங்கிரஸ் அரசு ''ஹரிஜன ஆலயப்பிரவேச சட்டத்தை'' கொண்டு வந்தது.

அரிஜனங்களுக்கு ஆதரவாக அரசு என்ன சட்டம் கொண்டு வந்தாலும், அதற்கு முட்டுக்கட்டைகள் வந்து கொண்டுதான் இருக்கும். அதற்கு இந்தச் சட்டமும் விதிவிலக்கல்ல. ஹரிஜன மக்களுக்கு சட்டபூர்வமான அனுமதி கிடைத்ததும் ஆங்காங்கே ஆலயத்துக்குள் பிரவேசிப்பதை சிலர் எதிர்த்தனர். அவர்களை உள்ளே நுழையவிடாமல் தடுத்து விரட்டியடித்தனர்.

பக்திக் கோலத்தில் தேவர்

மதுரையில் ஹரிஜன ஆலயப்பிரவேசச் சட்டத்தை அமல்படுத்த மீனாட்சியம்மன் கோயிலுக்குள் தலித்துகளை பிரவேசம் செய்ய ராஜாஜிக்கு நெருக்கமான வைத்தியநாதய்யர் முடிவு செய்திருந்தார். அதை அறிவிப்பாகவும் வெளியிட்டார். பழைமையில் ஊறிய சில மதவாதிகள், தலித்துகள் ஆலயத்துக்குள் நுழைந்தால் அடிப்போம், கொலை விழும், ரத்த ஆறு ஓடும் என்று எதிர் அறிக்கைவிட்டார்கள். நுழைபவர்களைத் தாக்கவும் திட்டம் போட்டார்கள்.

தலித்துகளை ஆலயப் பிரவேசம் செய்ய மதவாதிகள் தடையாக இருப்பது வைத்தியநாதய்யருக்கு தெரியவந்தது. திட்டமிட்டபடி ஆலய நுழைவைச் செய்யவில்லை என்றால் அது காங்கிரஸுக்கு அவமானம். அரசு போட்ட சட்டத்துக்கு மரியாதையே இல்லாமல் போய்விடும். பின்பு யாரும் அரசு கொண்டு வரும் சட்டத்தை மதிக்க மாட்டார்கள். ஆகவே, என்ன செய்யலாம் என்று வைத்தியநாதய்யர் ராஜாஜியிடம் கேட்டார். அதற்கு, "இந்தப் பிரச்சனையில் உதவ ஒரே ஒருவரால்தான் முடியும். அவர், முத்துராமலிங்க தேவர். அவரிடம் சென்று பேசுங்கள்!" என்றார் ராஜாஜி.

அப்போது மதுரை நெசவாலை வேலை நிறுத்தப் பிரச்னை காரணமாக தேவர் கைது செய்யப்பட்டு சிறையில் இருந்தார். வழக்கு விசாரணை நடந்துகொண்டிருந்தது. வைத்தியநாதய்யர், தேவரைப் பார்த்து, அரசு கொண்டு வந்திருக்கும் சட்டத்தால் எந்தப் பிரச்னையும் வரக்கூடாது. இந்த விஷயத்தில் நீங்கள் உதவினால் நன்றாக இருக்கும்'என்றார்.

'நீங்கள் போங்கள்! எந்தப் பிரச்னையும் வராமல் நான் பார்த்துக் கொள்கிறேன்'என்று சொல்லி வைத்தியநாதய்யரை அனுப்பி வைத்தார் தேவர்.

உடனடியாக ஓர் அறிக்கையைத் தயார் செய்தார் தேவர். அதில், "திரு.வைத்தியநாதய்யர் அவர்கள், மீனாட்சியம்மன் கோயிலுக்குள் ஹரிஜனங்களை அழைத்துக்கொண்டு உள்ளே நுழையும் போது, சதிகாரர்களால் ஏற்பாடு செய்யப்பட்டுள்ள ரவுடிகள் கலகம் விளைவிக்கப் போவதாக அறிகிறேன். கோயிலுக்குள் பிரவேசிக்கும் ஹரிஜனங்களை கத்தி, அரிவாள் போன்ற பயங்கர ஆயுதங்களால் தாக்கிக் கோயிலை ரத்தக்கறை படியச் செய்யப் போவதாகத் தகவல் வந்துள்ளது.

எதிரிகளால் ஏற்பாடு செய்யப்பட்டிருக்கும் ரவுடிக் கும்பலுக்கு எச்சரிக்கை விடுகிறேன். ஹரிஜனங்களுடன் வைத்தியநாதய்யர் மீனாட்சியம்மன் ஆலயத்துக்குள் பிரவேசிக்கும் போது அடியேனும் உடன் வருவேன். ஏதேனும் அசம்பாவிதம் நடக்குமானால், அந்த ரவுடிகளை சந்திக்கும் விதத்தில் நானே சந்திப்பேன்.'

இந்த அறிக்கையை பத்திரிகையில் வெளியிடாமல், துண்டுபிரசுர மாக மதுரை எங்கும் விநியோகம் செய்ய சொன்னார்.

அந்த அறிக்கையில், எந்தத் தேதியில், எந்த நேரத்தில் தலித்துகள் ஆலயப் பிரவேசம் செய்யப் போகிறார்கள் என்ற குறிப்பும் இருந்தது. சொன்ன தேதியில், தலித்துகள் மீனாட்சியம்மன் கோயிலுக்குள் நுழைந்தார்கள். நிம்மதியாக அம்மனை தரிசனம் செய்தார்கள். அவர்களை எதிர்க்க ஒருவர் கூட வரவில்லை.

ராஜாஜி கையில் சர்க்கார் இருந்தாலும், கோயிலுக்குள் துப்பாக்கி சூடு நடத்தி சட்டத்தை அமல்படுத்தியிருந்தால், கலவரம் வெடித்திருக்கும். போலீஸ் துணையில்லாமல், தேவரின் துண்டறிக்கை ஆலயப்பிரவேசத்தை அமைதியாக நடத்த உதவியது.

1938, 1939 ஆண்டுகளில் மதுரையில் பசுமலை மகாலட்சுமி மில்லில் தொழிற்சங்கம் தொடங்கப்பட்டது. பிறகு, மதுரை பஞ்சாலைத் தொழிலாளர் சங்கமும், நிட்டிங் கம்பெனி தொழிலாளர் சங்கமும் உருவாயின. மூன்று சங்கங்களுக்கும் தலைவராக தேவர் தேர்ந்தெடுக்கப்பட்டார்.

பசுமலை மகாலட்சுமி மில்லில் தொழிலாளர்களுக்கும் நிர்வா கத்துக்கும் இடையே பிரச்னை. தொழிலாளர்களின் கோரிக்கையை நிர்வாகம் ஏற்க மறுத்தது. அந்தப் பேச்சுவார்த்தையில் இராண்டாயிரம் தொழிலாளர்கள் சார்பாக தேவரும், கம்யூனிஸ்ட் தலைவர் ஜீவாவும்

நிர்வாகத்திடம் பேசிப் பார்த்தார்கள். நிர்வாகம் தொழிலாளர்களின் கோரிக்கைகளை கடைசி வரைக்கும் ஏற்கவில்லை. ஆகவே, வேலை நிறுத்தம் தொடங்கியது. மகாலட்சுமி மில் வேலை நிறுத்தம் மதுரை நகர தொழிலாளர்கள் இயக்க வரலாற்றில் முதன்முதலாக நடைபெற்ற வேலை நிறுத்தமாகும்.

15 அக்டோபர் 1938 அன்று பசுமலையில் எஸ்.எஸ்.ரத்தினம் என்பவர் வீட்டில் தங்கியிருந்தார் முத்துராமலிங்க தேவர். வேலை நிறுத்தம் செய்யத் தொழிலாளர்களைத் தூண்டினார் என்று காரணம் சொல்லி அவரைக் கைது செய்து, சிறையில் அடைத்தது போலீஸ்.

தொழிலாளர்கள் வேலை நிறுத்தத்தைத் தூண்டியதாகக் கூறித் தேவருக்கு ஆறுமாதம் கடுங்காவல் தண்டனை விதித்தனர். அப்போது தமிழக முதல்வராக இருந்தவர் ராஜாஜி. காங்கிரஸ் சட்டமன்ற உறுப்பினராக இருந்த முத்துராமலிங்க தேவரை, அதே கட்சியைச் சேர்ந்த ராஜாஜி முதல்வராக இருக்கும்போது கைது செய்து சிறையில் அடைத்தது பெரும் பரபரப்பை ஏற்படுத்தியது.

அன்று காங்கிரஸ் மகா சபைத் தலைவராக இருந்த சுபாஷ் சந்திரபோஸ், தமிழக முதல்வர் ராஜாஜிக்கு, தேவர் கைது பற்றி விளக்கம் கேட்டுக் கடிதம் எழுதினார். மானாமதுரையில் நடந்த தாலுகா காங்கிரஸ் மாநாடு தேவர் கைதானதைக் கண்டித்துத் தீர்மானம் நிறைவேற்றியது.

மதுரையிலும், ராமநாதபுரம் பகுதியிலும் தேவர் ஆதரவாளர்கள், தொழிலாளர்கள் தேவரின் கைது நடவடிக்கையை எதிர்த்துக் கொதித்தெழுந்தார்கள். போராட்டம் வெடித்தது. பதற்றமான சூழல் உருவானது. வேறு வழியில்லாமல் தேவரை பத்தே நாட்களில் ராஜாஜி அரசு விடுதலை செய்தது. அதுமட்டுமில்லாமல் பசுமலை மகாலட்சுமி மில் போராட்டமும் வெற்றி பெற்றது. விளைவு, தொழிலாளர்களின் மத்தியில் தேவரின் புகழ் உயர்ந்தது.

மகாலட்சுமி மில் போராட்டம் முடிந்த பிறகும் தேவருக்கு ஓய்வு கிடைக்கவில்லை. அவருக்காக இன்னொரு போராட்டம் காத்திருந்தது. மதுரை நிட்டிங் கம்பெனி நெசவாலைத் தொழிலாளர்கள் வேலை நிறுத்தம் தொடங்கினர். சுமார் ஆயிரம் பேர் சார்பில் நிர்வாகத்திடம் பேசி பலனில்லாததால், வேலை நிறுத்தம் நடந்தது. அந்தப் போராட்டத்தையும் தேவர் தலைமை தாங்கி நடத்தினார்.

அந்தப் போராட்டத்தின் போது, தொழிலாளர்களோடு அவர்கள் குடும்பத்தாரையும் சேர்த்து சிறைவைக்க நெசவாலை நிர்வாகம்

முடிவு செய்தது. ஆயிரம் தொழிலாளர்களைக் கூட்டிக் கூட்டம் நடத்தி, ஆவேசமாகப் பேசினார் தேவர். நூற்றுக்கணக்கான தொழிலாளர்கள் தண்டிக்கப்பட்டார்கள். பழிவாங்கப்பட்டார்கள். ஒரு கட்டத்தில் நிட்டிங் கம்பெனி இழுத்து மூடப்பட்டது.

மதுரை குற்றப் பிரிவு காவல்துறையினர் தேவர் மீது 110வது பிரிவின் கீழ் வழக்கு தொடர்ந்தனர். அதை 'ஜாமீன் வழக்கு' என்றுகூட அழைப்பார்கள் அதாவது, சிறைக்குள் போனால் யார் ஜாமீன் கொடுக்க வந்தாலும் வெளியே வர முடியாது. ஒருவரின் அனைத்து உரிமைகளையும் விழுங்கிவிடக் கூடிய பிரிவு அது.

3.7.1939 அன்று, மதுரை சிந்தாமணி திரையரங்கம் சிலரால் தாக்கப்பட்டது. தேவர்தான் தன்னுடைய ஆட்களை ஏவிவிட்டு தாக்குதல் நடத்துகிறார் என்று சந்தேகத்தை எழுப்பினர் தேவரின் எதிர்ப்பாளர்கள். அந்த வழக்கும் தேவர் மேல் சேர்ந்துகொண்டது.

தேவருக்கு எதிராக போலீஸ் தரப்பில் 145 சாட்சிகள் நீதிமன்றத்தில் சாட்சி சொன்னார்கள். பெரிய போலீஸ் அதிகாரிகள், கலெக்டர்கள் எல்லோரும் தேவருக்கு எதிராக சாட்சியம் அளித்தனர். தேவருக்கு ஆதரவாக மத்திய அமைச்சர்கள், பேராசிரியர்கள், புலவர்கள் ஆகியோர் சாட்சியம் அளித்தார்கள். தொழிலாளர்களின் போராட்டம் தீவிரமடையத் தொடங்கியதும் கம்பெனியை நிரந்தரமாக இழுத்து மூடியது நிர்வாகம். இந்த வழக்கு விசாரணை தேவருக்கு விரோதமாக முடிந்தது.

பசும்பொன் கிராமத்துக்கு அருகே இருக்கும் ஊர் அபிராமம். அங்கு, இஸ்லாமியர்கள் அதிகமாக வசித்து வந்தார்கள். அவர்களில் பெரும்பாலானோர் பர்மா, மலேசியா போன்ற நாடுகளுக்குச் சென்று தொழிலோ, வியாபாரமோ செய்து திரும்பி வந்தவர்கள். நல்ல வசதிவாய்ப்புடன் வசித்துக்கொண்டிருந்தவர்.

அபிராமம் கிராமத்தில் வாரச் சந்தை நடக்கும். அதாவது, வாரம் ஒரு நாள் (புதன்கிழமை) அங்கு வியாபாரிகள் தங்கள் பொருட்களை எடுத்து வந்து விற்பனை செய்வார்கள். அந்த ஒருநாள் அங்கு அமோக வியாபாரம் நடக்கும்.

சந்தைக்கு வருகின்ற இளம்பெண்களை சில முஸ்லீம் இளைஞர்கள் கேலி செய்வது, வம்புக்கிழுப்பது போன்ற சம்பவங்கள் அடிக்கடி நடந்து வந்தன. ஆரம்பத்தில் யாரும் இதைப் பெரிதாக எடுத்துக் கொள்ளவில்லை. ஆனால், ஒருநாள், மோர் விற்கும் பெண்ணிடமும், காய்கறி விற்கும் பெண்ணிடமும் அவர்கள் மோசமாக நடந்துகொண்டார்கள்.

பாதிக்கப்பட்ட பெண்கள் தேவரிடம் வந்து முறையிட்டார்கள். தேவர் அவர்கள் வருத்தப்படுவதைக் கேட்டு, 'நான் பார்த்துக் கொள்கிறேன். நீங்கள் தைரியமாகப் போய் வாருங்கள்!' என்று ஆறுதல் கூறி அவர்களை அனுப்பி வைத்தார்.

பிறகு, தேவர் அவர்கள் அபிராமம் கிராமத்துக்கு அடிக்கடி போய் வருகிற சிலரை அழைத்து விசாரித்தார். அந்தப் பெண்கள் சொன்னது உண்மைதான் என்பதை உறுதிப்படுத்திக்கொண்டார். இளைஞர்கள் வயதுக் கோளாறில் விபரீதம் புரியாமல் செய்பவர்கள். அவர்களிடம் நேரடியாகப் பேசுவது சரியாக இருக்காது. அப்படியே பேசுவதாக இருந்தாலும் அந்தப் பகுதியில் இருக்கும் பெரியவர்களிடம் பேசாமல் இளைஞர்களிடம் பேசுவது நன்றாக இருக்காது என்று நினைத்தார்.

அபிராமம் கிராமத்தில் இருக்கும் பள்ளிவாசல் பெரியவர்களிடம் பேச ஆள் மூலம் தகவல் சொல்லி அனுப்பினார். அவர்களிடம் விஷயத்தைச் சொல்லி, 'இனி இதுபோன்ற சம்பவங்கள் நடக்காமல் பார்த்துக்கொள்ளுங்கள்'என்று எச்சரிக்கை செய்தார். ஆனால் தேவர் சொன்னதை இளைஞர்கள் யாரும் காதில் போட்டுக்கொண்டதாகவே தெரியவில்லை. கிண்டல்களும், கேலிகளும், விரும்பத்தகாத சம்பவங்களும் தொடர்ந்தன. யோசித்தார் தேவர்.

அப்போது அபிராமத்தில் இருந்த இந்துக்கள் ஒன்று கூடி 'இந்து மகா சபை' ஒன்றை அமைப்பை உருவாக்கினார்கள். அதன் தலைவராக முத்துராமலிங்க தேவரைத் தேர்ந்தெடுத்தார்கள். முதல் வேலையாக முஸ்லீம் இளைஞர்களுடைய போக்கைக் கண்டிக்க சில அதிரடி நடவடிக்கைகளில் இறங்கினார் தேவர்.

சமூக ஒத்துழையாமை கொண்டுவருவது என்று முடிவு செய்தார். அதாவது, 'முஸ்லீம் மக்களின் நிலங்களில் இந்துக்கள் யாரும் வேலை செய்யக்கூடாது; இஸ்லாமியர்களின் கடைகளில் பொருள்கள் வாங்கக்கூடாது.' - இதுதான் பிரதான நடவடிக்கை.

தேவரின் முடிவை எல்லோரும் ஆதரித்தனர். முஸ்லீம் கடைகளில் பொருட்கள் வாங்குவது நிறுத்தப்பட்டது. சமூக ஒத்துழையாமை வெற்றிகரமாக நடந்ததால், பொருளாதாரரீதியாக மிகப் பெரும் சிக்கல்களை முஸ்லீம்கள் எதிர்கொள்ள வேண்டியிருந்தது. நிலைமை இன்றைக்குச் சரியாகிவிடும், நாளைக்குச் சரியாகிவிடும் என்று முஸ்லீம்கள் காத்திருந்தார்கள். ஆனால், அவர்களுக்கு ஏமாற்றமே மிஞ்சியது.

அபிராமத்தில் இருந்த இந்துக்கள், தேவரின் வார்த்தைக்குக் கட்டுப்பட்டு, அவர் சொன்னபடியே நடந்துகொண்டிருந்தார்கள்.

தவறு செய்த இளைஞர்களைக் கண்டிக்கவும் முடியாமல், வியாபாரத்தில் சிக்கலையும் சந்தித்துக் கொண்டிருந்தனர் முஸ்லிம்கள். ஒரு கட்டத்தில் 'தேவர் மத துவேஷத்தை வளர்க்கிறார்' என்று அபிராமம் ஊரைச் சேர்ந்த முஸ்லீம்கள், பிரிட்டிஷ் அரசிடம் புகார் கொடுத்தனர்.

பலகாலமாகத் தேவர் மீது ஒரு கண் வைத்திருந்த பிரிட்டிஷ் அரசு, இந்தச் சந்தர்ப்பத்தைப் பயன்படுத்திக்கொள்ள முடிவுசெய்தது. தேவர் மீது வழக்குத் தொடர்ந்தது. 'தேவர் சமூகக் கலவரத்தைத் தூண்டினார்' என்று பிரிவு 107ன்கீழ் வழக்கு பதிவானது. ஓராண்டுக்கும் மேலாக அந்த வழக்கு நடந்தது. முதுகுளத்தூரில், சப் கலெக்டர் முன்னால் நடந்த விசாரணையின்போது, ஆயிரக்கணக்கான மக்கள் திரண்டார்கள்.

அன்றைக்குப் பிரபலமாக இருந்த வழக்கறிஞர் கே.ஆர். வெங்கட்ராமய்யர் தேவருக்காக வாதாட ஆஜரானார். பின்னர் அந்த வழக்கு அப்பீல் செய்யப்பட்டு ராமநாதபுரம் மாவட்ட நீதி மன்றத்துக்குப் போனது. நீதிபதி அப்பீலை விசாரித்தார்.

தேவருக்கு எதிரான வழக்கில் தீர்ப்பு வழங்கப்பட்டது. அதில், 'அநீதியை எதிர்ப்பதற்காக, சமூக ஒத்துழையாமையை அறவழியில் நடத்துவதில் எந்தத் தவறுமில்லை' என்று சொன்னது. அதுமட்டுமில்லாமல், தேவர் மீதிருந்த ஜாமீன் வழக்கும் தள்ளுபடி செய்யப்பட்டது.

இந்தப் பிரச்னை அத்தோடு முடிந்துவிடவில்லை. அபிராமத்தில் சமூக ஒத்துழையாமை தொடர்ந்து கொண்டேயிருந்தது. அப்போது தேவர் மீது கொலைமுயற்சியும் நடத்தப்பட்டது.

அப்போது தேவர் அந்தக் காலத்து செவர்லெட் கார் ஒன்றை வைத்திருந்தார். அதன் மேல்பாகம் கேன்வாஸ் துணியால் ஆனது. ஒருநாள் காங்கிரஸ் தலைவரும் பேச்சாளருமான மட்டப்பாறை வெங்கட்ராமய்யரும், முத்துராமலிங்க தேவரும் அந்தக் காரின் பின் சீட்டில் அமர்ந்து வந்துகொண்டிருந்தார்கள். ரோட்டில் கார் போய்க்கொண்டிருப்பதை அறிந்த எதிரிகள், சாலை ஓரமாக ஓட்டி வந்த மாட்டு வண்டிகளை திடீரென்று நடுரோட்டில் நிறுத்தினர். தேவரின் கார் முன்னே செல்ல முடியாமல் ஸ்தம்பித்தது.

தேவரின் காரை ஓட்டிய டிரைவரின் பெயர் ராஜூ. திறமைசாலி. தேவரைக் கொல்வதற்கான சதித்திட்டம் அது என்பதைப் புரிந்துகொண்டார். கிட்டத்தட்ட பத்து மாட்டு வண்டிகள். வண்டிக்குள் ஐம்பதுக்கும் மேற்பட்டவர்கள் ஆயுதங்களுடன் காத்திருந்தார்கள்.

காரை நிறுத்தினால் சூழ்ந்துகொண்டு தேவரைத் தாக்குவார்கள் என்று புரிந்து கொண்டார். அடுத்த நொடி, ரோட்டிலிருந்து இறங்கி காட்டுப் பகுதிக்குள் புகுந்து வேகமாக ஓட்டினார் டிரைவர் ராஜூ.

மாட்டு வண்டிகள் நிற்கும் இடத்தையும் தாண்டி, கிட்டத்தட்ட ஒரு பர்லாங் தூரம் கடந்தபின் மீண்டும் கார் ரோட்டில் ஏறியது. ஆனாலும், எதிரிகள் சிலர் பின்னால் வந்தார்கள். அவர்களில் ஒருவன் தன் கையில் இருக்கும் வேல் கம்பை எடுத்து வீசினான். அது, காரின் மேல்புறத் துணியைக் கிழித்துக்கொண்டு உள்ளே வந்தது. பின் சீட்டில் அமர்ந்திருந்த தேவருக்கும் வெங்கட்ராமய்யருக்கும் நடுவில் வந்து வேல் கம்பு குத்தி நின்றது. வெங்கட்ராமய்யர் மிரண்டு போய்விட்டார்.

''தேவர்வாள்! நம்ம ரெண்டு பேருக்கும் நடுவுல ஒரு முழ நீளத்துக்கு இப்போ வந்துட்டுப் போச்சே! வேல் கம்புதானே?'என்று கேட்டார்.

''ஆமாம். அது உங்களுக்காக வரலை. என்னைக் கொல்ல வந்தது.''

இந்தச் சம்பவம் நடந்த பிறகு, தேவர் இரவு இரண்டு மணிக்கு அருப்புக்கோட்டைக்கு வந்து சேர்ந்தார். அவர், எப்போதும் தங்குகிற அகம்படியார் மகாலில் தங்கினார். அவர் தன்னைக் கொல்ல வந்த கும்பல் குறித்து யோசிக்கவில்லை. நடந்த சதி குறித்தும் அஞ்சவில்லை. சிறு பதற்றமும் இல்லாமல், எப்போதும் போல இயல்பாக, வேண்டியவர்களிடம் பேசிகொண்டிருந்துவிட்டு, படுக்கச் சென்றார்.

அபிராமம் முஸ்லீம் இன மக்கள், தேவர் போராட்டம் நடத்திய போது, தங்களுக்கு ஒத்துழைக்கும்படி மற்ற ஊர்களில் இருந்த முஸ்லீம் பெரியவர்களிடம் உதவி கேட்டனர். அப்போது அவர்கள், 'இது உங்கள் ஊர் பிரச்னை. தவறு உங்கள் ஊர் இளைஞர்களிடம் இருக்கிறது. ஆரம்பத்திலேயே நீங்கள் அதைத் தட்டிக் கேட்டிருந்தால், பிரச்னை இந்த அளவுக்கு முற்றியிருக்காது. அது மட்டுமில்லாமல் இந்தப் பிரச்சனையை இஸ்லாத்துடன் சம்பந்தப்படுத்தாதீர்கள். எங்களால் உங்களுக்கு ஒத்துழைப்புக் கொடுக்க முடியாது' என்று சொல்லி அந்த ஊர் முஸ்லீம் பெரியவர்கள் மறுத்துவிட்டார்கள்.

ஒரு கட்டத்தில் அபிராமம் சந்தை வேறு இடத்துக்கு மாற்றப்பட்டது.

11. ஃபார்வர்ட் பிளாக்

1939ம் ஆண்டு. குஜராத் மாநிலம். இந்தியாவே காங்கிரஸ். காங்கிரஸே காந்தி என்றிருந்த காலம் அது. காங்கிரசிலே இடதுசாரிகள் அப்போது அத்தனை வலிமையானவர்களாக இல்லை. ஹரிபுராவில் 52வது காங்கிரஸ் மாநாடு நடைபெற இருந்தது. அதில் காங்கிரஸ் கட்சியின் தலைவர் பொறுப்புக்கு தேர்தல் நடத்தத் திட்டமிட்டிருந்தனர்.

காந்தியின் ஆதரவோடு பட்டாபி சீதாராமையா போட்டியிட இருந்தார். ஆகவே, அவர் போட்டியின்றி தேர்ந்தெடுக்கப்படுவார் என்றே பலரும் நினைத்தனர். ஆனால், அவரை எதிர்த்து நேதாஜி சுபாஷ் சந்திர போஸ் போட்டியிடுவதாக அறிவித்தார்.

ஐ.என்.ஏ.வீரர்களுடன் நேதாஜி

காந்தி ஆதரிக்கும் வேட்பாளரை எதிர்த்துப் போட்டியில் நிற்க வேண்டாம் என்று நேதாஜிக்குப் பலர் அறிவுரை கூறினார்கள். ஆனால், காங்கிரஸின் தலைமைப் பொறுப்பில் மிதவாதிகள் இருந்தால் வெள்ளையர்களுடன் சமரசம் பேசுவார்கள் என்று நேதாஜிக்கு நன்கு தெரியும். இது நேரடியாக சுதந்தரப் போராட்டத்துக்குத் தடையாக இருக்கும். அதனால், தேர்தல் போட்டியில் இருந்து நேதாஜி விலகவில்லை.

தேர்தலில் காந்தியின் ஆதரவு பட்டாபிக்கு இருந்ததால் நேரு உட்பட காரிய கமிட்டி உறுப்பினர்களின் ஆதரவும் அவருக்கே இருந்தது. போதாக்குறைக்கு, நேதாஜியை எதிர்த்துப் பலரும் பிரசாரம் செய்தனர்.

''பதவி ஆசையால் சுபாஷ் போட்டியிடுகிறார்'' என்று வல்லபாய் பட்டேல் அறிக்கை வெளியிட்டார். ராஜாஜியோ, சுபாஷ் சந்திரபோஸை ''ஓட்டைப் படகு'' என்று வர்ணித்தார். கிருபளானியோ, ''பதவி வெறிபிடித்தவர் சுபாஷ்'' என்றார்.

இவர்களின் விமர்சனத்தைக் கேட்ட சுபாஷ் சந்திரபோஸ், ''நான் பதவி ஆசையால் போட்டியிடுகிறேன் என்று சொல்லும் வல்லபாய் பட்டேலுக்கு சவால் விடுகிறேன். இடதுசாரி சிந்தனையுள்ள ஆச்சார்ய நரேந்திரதேவைத் தலைவராக ஏற்றுக்கொள்வதாக இருந்தால், நான் போட்டியில் இருந்து விலகிக் கொள்கிறேன்'' என்றார். அதற்கு, அவர்கள் தரப்பில் இருந்து எந்தவிதமான பதிலும் வரவில்லை.

பட்டாபி சீதாராமையா தென்னிந்தியாவைச் சேர்ந்தவர் என்பதால், அவருக்குத் தென் பகுதியில் அதிக ஆதரவு இருக்கும் என்று காந்தியடிகள் முதற்கொண்டு பலரும் எதிர்பார்த்தனர். ஆனால், சென்னை மாகாண காங்கிரஸாரின் வாக்குகள் நேதாஜிக்குக் கிடைப்பதற்காகத் தேவர் தீவிரமாகப் பிரசாரம் செய்தார்.

இதனால், தென் மாநில காங்கிரஸாரின் பெரும்பான்மையான வாக்குகள் நேதாஜிக்கே கிடைத்தன. மற்ற பகுதிகளிலும் நேதாஜி கணிசமான வாக்குகள் பெற்று, காங்கிரஸ் தலைவர் தேர்தலில் வெற்றிபெற்றார்.

நேதாஜியின் வெற்றி காங்கிரஸ் பிரமுகர்களுக்கு மட்டுமல்ல, பிரிட்டிஷ் ஆட்சியாளர்களுக்கும் பேரிடியாக இருந்தது.

''பட்டாபியின் தோல்வி என்னுடைய தோல்வி'' என்றார் காந்தி.

மேலும், ''என் கொள்கையைப் பின்பற்றக் கூடியவர்கள் காங்கிரஸ் கட்சியில் மைனாரிட்டியாகப் போய் விட்டார்கள் என்பதைத்தான் இந்தத் தேர்தல் முடிவு காட்டுகிறது. என்னைப் பின்பற்றக்கூடிய மைனாரிட்டியினர், காங்கிரஸ் பொறுப்பில் இருந்து ராஜிநாமா செய்து, வெற்றிபெற்ற மெஜாரிட்டியினருக்கு வழிவிடும்படி கேட்டுக்கொள்கிறேன்'' என்றார்.

ராஜேந்திர பிரசாத்

காந்தியின் கருத்து காங்கிரஸ் கட்சிக்குள் பிளவை ஏற்படுத்துவது போல் இருந்தது. காரணம், நடந்த தேர்தல் காந்தியின் கொள்கைக்கும், நேதாஜியின் கொள்கைக்கும் இடையிலானது அல்ல. ஆகவே, காந்திஜியின் கொள்கைகளுக்கு மாறாக நேதாஜியின் கொள்கைக்கு ஓட்டுப் போட்டார்கள் என்று எடுத்துக்கொள்ள முடியாது.

பட்டாபிக்கு ஓட்டுப் போடாதவர்கள் காந்தியை விரும்பாதவர்களா அல்லது காந்தியின் கொள்கையை ஏற்காதவர்களா என்ற கேள்விகளை நேதாஜி எழுப்பினார். காந்தி தரப்பில் இருந்து எதற்கும் பதிலளிக்கப்படவில்லை.

அது மட்டுமில்லாமல், ''மிதவாதக் கொள்கையுடையவர்கள் காங்கிரஸ் காரிய கமிட்டி உறுப்பினர் பொறுப்பில் இருந்து விலகிக்கொள்ள வேண்டும்'' என்றார் காந்தி.

காந்தியின் அறிக்கையை ஏற்று பன்னிரண்டு காரியக்கமிட்டி உறுப்பினர்கள் தங்கள் பதவியை ராஜிநாமா செய்தார்கள்.

1. சர்தார் வல்லபாய் படேல்
2. மவுலானா அபுல்கலாம் ஆசாத்
3. பாபு ராஜேந்திர பிரசாத்
4. புலாபாய் தேசாய்
5. திருமதி. சரோஜினி நாயுடு
6. ஜே.பி. கிருபளானி
7. கான் அப்துல் கபார்கான்
8. பட்டாபி சீதாராமையா
9. ஹரி கிருஷ்ண மகதாப்
10. ஜெயராம்தாஸ் தௌலத்ராம்
11. ஜம்னாலால் பஜாஜ்
12. பண்டித கோவிந்த வல்லப் பந்த்

நேரு மட்டும் ராஜிநாமா செய்யவில்லை. ஆனால், ''புதிய காரிய கமிட்டியில் நான் அங்கம் வகிக்க விரும்பவில்லை'' என்று சுபாஷ் சந்திரபோஸுக்குக் கடிதம் எழுதிவிட்டு, ஒதுங்கிக்கொண்டார். இதனால், காரிய கமிட்டியில் சுபாஷ் சந்திர போஸ் மற்றும் அவர் சகோதரர் சரத் சந்திரபோஸ் என்ற இருவர் மட்டுமே இருந்தனர்.

ஒருவகையில் காங்கிரஸ் தலைவர்கள் பிரிட்டிஷ் அரசுடன் நடத்த வேண்டிய ஒத்துழையாமைப் போராட்டத்தை நேதாஜியுடன் நடத்தினர் என்றுதான் சொல்லவேண்டும்.

மார்ச் 11, 1939 அன்று திரிபுராவில் காங்கிரஸ் மகாசபை கூடியது. நேதாஜிக்கு 103 டிகிரி காய்ச்சல். மேடையில் நடக்கக்கூட முடியவில்லை. ஒரு நாற்காலியில் வைத்து மேடைக்குக் கொண்டுவந்தார்கள். நேதாஜியால் தலைமையுரையைக்கூடப் படிக்க

முடியவில்லை. அவருக்குப் பதிலாக அவரது சகோதரர் சரத் போஸ் படித்தார்.

அந்த மாநாட்டில் தமிழகத்தில் இருந்து ராஜாஜி, எஸ்.சீனிவாசய்யங்கார், சத்தியமூர்த்தி, முத்துராமலிங்கத் தேவர், காமராசர், ஜீவானந்தம் போன்றோர் கலந்துகொண்டார்கள்.

காங்கிரஸ் கட்சியின் புதிய காரியக் கமிட்டி உறுப்பினர்களைத் தேர்வு செய்யும் பொறுப்பு நேதாஜிக்கு இருந்தது. அப்போது, பண்டித கோவிந்த வல்லப பந்த் ''ராஜிநாமா செய்த 12 காரியக் கமிட்டி உறுப்பினர்களுக்குப் பதிலாகக் காந்திஜி சொல்லும் நபர்களைத்தான் நேதாஜி தேர்வுசெய்ய வேண்டும்'' என்றார்.

பொதுவாக, காங்கிரஸ் தலைவர்தான் காரியக் கமிட்டி உறுப்பினர்களைத் தேர்வு செய்ய வேண்டும் என்பது காங்கிரஸ் விதி. ஆனால், ஜி.பி. பந்த்தின் கருத்து நேதாஜியின் தலைமையைச் சிறுமைப்படுத்துவதுபோல் இருந்தது. தேர்தல் மூலம் தலைமைப் பொறுப்பில் அமர்ந்தவருக்கு உறுப்பினர்களைத் தேர்வு செய்ய உரிமையில்லை என்பது போல் இருந்தது,

மேலும், ''காரிய கமிட்டி உறுப்பினர்களாக காங்கிரஸ் விதிப்படி நீங்கள் யாரை வேண்டுமானாலும் நியமித்துக் கொள்ளுங்கள். நான் யாரையும் முன் மொழிய முடியாது'' என்று நேதாஜிக்குக் கடிதம் எழுதினார் காந்தி.

நேதாஜியின் செயல்பாடுகளுக்கு காந்தியின் ஆதரவாளர்கள் இடையூறு விளைவித்துக்கொண்டே இருந்தனர். ஒருகட்டத்தில், நேதாஜி தனது தலைவர் பதவியை ராஜிநாமா செய்தார். நேதாஜிக்கு எதிரான வலதுசாரிகளும் அதைத்தான் எதிர்பார்த்தார்கள்.

காங்கிரஸின் புதிய தலைவராக ராஜேந்திர பிரசாத்தைத் தேர்ந்தெடுத்தனர். முன்பு ராஜிநாமா செய்த 12 காரியக் கமிட்டி உறுப்பினர்களும் மீண்டும் நியமிக்கப்பட்டனர். நேரு மட்டும் காரியக்கமிட்டியில் சேர விரும்பவில்லை.

அப்போது, ''நேருவுக்கு இடதுசாரி இருதயம்; வலதுசாரி மூளை'' என்று கூறினார் நேதாஜி.

அவருடைய ராஜிநாமாவுக்குக் காரணமாக இருந்த காங்கிரஸ் மிதவாதிகளைக் கடுமையாகத் தாக்கும் வகையிலான பொதுக் கூட்டங்கள் தமிழ்நாட்டில் நடந்தன. அவற்றில் தேவர் கலந்து கொண்டு பேசினார். அதன் காரணமாக, காங்கிரஸ் உறுப்பினர்கள் பலரும் தேவர் மீது வருத்தப்பட்டார்கள்.

காங்கிரஸ் தலைவர் பதவியை ராஜிநாமா செய்த பிறகு, வங்காள காங்கிரஸ் தலைவராகத் தேர்ந்தெடுக்கப்பட்டார் நேதாஜி. அதனைத் தொடர்ந்து ஜூலை மாதம் வங்க அரசியல் கைதிகள் விடுதலை தினமாக அதைக் கொண்டாட வேண்டுமென்று அறிக்கை வெளியிட்டார்.

அகில இந்திய காங்கிரஸ் கமிட்டியிடம் கேட்காமல் நேதாஜி அறிக்கை வெளியிட்டதற்கு விளக்கத்தை கேட்டு நேதாஜிக்குக் கடிதம் எழுதினார் காங்கிரஸ் தலைவர் ராஜேந்திர பிரசாத்.

"அறிக்கை விடுவதெல்லாம் மாநில காங்கிரஸ் கமிட்டியின் அன்றாட அலுவல்கள் சார்ந்தது. அவற்றுக்கெல்லாம் அகில இந்திய காங்கிரஸ் கமிட்டியின் உத்தரவை எதிர்பார்த்துக் காத்திருக்க முடியாது" என்று பதிலளித்தார் நேதாஜி.

என்றாலும், காங்கிரஸ் கட்சிக்குள் புழுக்கம் ஏற்பட்டது. நேதாஜிக்கு எதிர்ப்புக்குரல்கள் தினம் தினம் வலுத்துக்கொண்டே இருந்தன. ஒருகட்டத்தில் தனது ஆதரவாளர்களை ஒருங்கிணைக்கத் தொடங்கினார் நேதாஜி. ஜூன் 22, 1939 அன்று காங்கிரஸ் கட்சிக் குள்ளே தனது ஆதரவாளர்களைக் கொண்ட 'ஃபார்வர்ட் பிளாக்' என்ற பிரிவை உருவாக்கினார். என்.ஜி.ரங்கா, நாரிமன், சரத் சந்திரபோஸ், கவிஷர், சேனாதிபதி பாபட், முத்துராமலிங்க தேவர் ஆகியோர் மத்திய கமிட்டி உறுப்பினர்களாக இருந்தார்கள்.

"காங்கிரஸ் கட்சியில் உறுப்பினர்களாக இருப்பவர்கள் மட்டுமே ஃபார்வர்ட் பிளாக்கில் உறுப்பினர்களாகச் சேர முடியும். இடது சாரி ஜனநாயக சக்திகளை ஓரணியில் திரட்டி (Leftist Consolidation Committee) என்ற அமைப்பை பலப்படுத்துவதும், காங்கிரஸ் கட்சிக்குள் உண்மையான ஒற்றுமையை ஏற்படுத்துவதும், சுதந்தரம் பெற்ற பின்னர் உண்மையான சோஷலிச அரசை நிறுவுவதும்தான் எங்கள் குறிக்கோள்கள்" என்று "பார்வர்ட்" பத்திரிகையின் தலையங்கத்தில் எழுதினார் நேதாஜி.

மேலும், வலதுசாரிகள் கையிலிருந்து காங்கிரஸைப் பிரிக்கும் நோக்கம் இல்லை என்பதையும் தெளிவுபடுத்தினார். ஆனால், காங்கிரஸ் கட்சியினரோ ஃபார்வர்ட் பிளாக்கை காங்கிரஸுக்கு எதிரான அமைப்பு என்றே குற்றம் சாட்டினர். காங்கிரஸுக்கும், பார்வர்ட் பிளாக்குக்கும் எந்த விதமான தொடர்பும் இல்லை என்று கூறினர். பின்னர் அகில இந்திய காங்கிரஸ் காரியக் கமிட்டி கூடி நேதாஜியின் செயல்கள் குறித்து விவாதித்தது. அதனைத் தொடர்ந்து வங்காள மாநிலக் காங்கிரஸ் தலைவர் பதவியிலிருந்து நேதாஜி நீக்கப்பட்டார். காங்கிரஸ் கட்சியின் அடிப்படை உறுப்பினர் பொறுப்பில் இருந்து மூன்று ஆண்டுகளுக்கு நீக்கப்பட்டார்.

இத்தனை பெரிய முடிவுகளை காங்கிரஸ் தலைமை எடுத்ததைப் பற்றியெல்லாம் கொஞ்சமும் கவலைப்படாமல் தொடர்ந்து ஃபார்வர்ட் பிளாக் கட்சியின் வளர்ச்சிப் பணிகளில் கவனம் செலுத்தினார் நேதாஜி. அவருக்கு உதவியாக முத்துராமலிங்கத் தேவர் போன்றோர் செயல்பட்டனர்.

ஃபார்வர்ட் பிளாக் அமைப்பு தொடங்கியதும் அதன் கொள்கையையும், செயல்திட்டங்களையும் விளக்க பல ஊர்களுக்கு சுற்றுப்பயணம் மேற்கொண்டார் நேதாஜி. கர்நாடகம், மத்தியப்பிரதேசம், குஜராத் போன்ற மாநிலங்களுக்குச் சுற்றுப்பயணம் சென்ற நேதாஜி, செப்டம்பர் 3, 1939 அன்று சென்னை மாகாணத்துக்கு வந்தார். அவரை வரவேற்க ஒரு காங்கிரஸ்காரர்கூட வரவில்லை.

''சுபாஷ் சந்திர போஸை வரவேற்கவோ, அவரது நிகழ்ச்சிகளில் கலந்து கொள்ளவோ காங்கிரஸ்காரர்கள் யாரும் போகக் கூடாது'' என்று தமிழ்நாடு காங்கிரஸ் கமிட்டித் தலைவரான சத்தியமூர்த்தி கூறியிருந்தார்.

நேதாஜி சென்னையில் தங்குவதற்கு இடம் கொடுக்க காங்கிரஸ் காரர்கள் யாரும் முன்வரவில்லை. வழக்கறிஞர் ஸ்ரீநிவாச ஐயங்கார் தம் வீட்டில் தங்க ஏற்பாடு செய்தார். அப்போது, 'சங்கு' பத்திரிகை ஆசிரியரான 'சங்கு' கணேசன் தன் வீட்டில் வந்து தங்க வேண்டும் என்று நேதாஜியிடம் விரும்பிக் கேட்டுக் கொண்டார். அதனால், சங்கு கணேசன் வீட்டிலே தங்கினார் நேதாஜி.

அன்று மாலை சென்னை கடற்கரையில் நேதாஜியின் உரையைக் கேட்க ஆயிரக்கணக்கான மக்கள் திரண்டிருந்தனர். கூட்டத்துக்கு ஸ்ரீநிவாச ஐயங்கார் தலைமை தாங்கினார். ஃபார்வர்ட் பிளாக்கின் தமிழ்நாட்டுக் கிளையைத் தொடங்கி, அதற்கு முத்துராமலிங்கத் தேவரை தலைவராக நியமித்தார் நேதாஜி. அந்தக் கூட்டத்தில்தான் தேவரை ''தென்னாட்டு போஸ்'' என்று அழைத்தார் நேதாஜி.

இரண்டாம் உலகப்போர் தொடங்கிய சமயம். பிரிட்டன் மீது ஜெர்மனி போர் அறிவித்திருந்தது. இந்தியா பிரிட்டனுக்குப் பக்க பலமாக இருக்கும் என்று காந்தி கூறினார். ''நான் அகிம்சா வழியில் முழு நம்பிக்கை வைத்திருப்பவன். வெள்ளையர்களின் நெருக்கடியான நிலமையை பயன்படுத்தி, ஆதாயம் தேட முற்படமாட்டேன்'' என்று கூறினார். மேலும், ''நாம் வெகுநாட்களாக எதிர்பார்த்த சந்தர்ப்பம் வந்துவிட்டது. பிரிட்டனுக்கு இப்போது கஷ்டக்காலம், நமக்கு அதிர்ஷ்ட காலம்'' என்றார்.

"பிரிட்டன் ஜெர்மனி மீது யுத்தம் தொடுத்திருக்கும் இந்த நேரத்தில் இந்தியா தனது இறுதிப் போராட்டத்தைத் தொடங்கினால் நாம் வெற்றி பெறுவது நிச்சயம்" என்றார் நேதாஜி. அந்தக் கருத்தை முத்துராமலிங்கத் தேவர் பலமாக ஆதரித்தார்.

யுத்த நிலைமைப் பற்றி ஆலோசிப்பதற்காக வார்தாவில் அகில இந்திய காங்கிரஸ் காரியக் கமிட்டி கூட இருந்தது. அதில் கலந்துகொள்ளுமாறு நேதாஜிக்கு அழைப்பு விடுத்தது காங்கிரஸ் தலைமை. அப்போது ஃபார்வர்ட் பிளாக்கின் கொள்கை விளக்க சுற்றுப்பயணத்தில் இருந்தார் நேதாஜி. தவிரவும், அவர் காங்கிரஸ் கட்சியில் இருந்து மூன்று ஆண்டுகள் நீக்கம் செய்யப்பட்டிருந்தார். என்றாலும், முக்கியமான கூட்டம் என்பதால் பல இடதுசாரித் தலைவர்கள் கலந்துகொள்ள வேண்டும் என்ற அடிப்படையில் நேதாஜியையும் அழைத்திருந்தது காங்கிரஸ் தலைமை.

தனது பயணங்களை ரத்துசெய்துவிட்டு, வார்தாவுக்குச் செல்லத் திட்டமிட்டிருந்தார் நேதாஜி. அப்போது, தேவர் அவரை மதுரைக்கு அழைத்திருந்தார். செப்டம்பர் 6, 1939. நேதாஜியை வரவேற்க பெரும் கூட்டமே வந்திருந்தது. பெரிய ஊர்வலமாக நேதாஜியை அழைத்து வந்தனர். மதுரை தமுக்கம் மைதானத்தில் நேதாஜியும், தேவரும் ஒரே மேடையில் தோன்றி உரையாற்றினர். கூட்டத்தில் பேசிய தேவர், காங்கிரஸ் தலைமையில் இயங்கும் மிதவாதிகளைக் கண்டித்துப் பேசினார். "பரிபூரண சுயராஜ்யம் அடைய விரும்பும் தமிழ்நாடு தேசபக்தர்கள் சுபாஷ் சந்திரபோஸின் தலைமையைப் பின்பற்றி, அவர் இடும் ஆணைகளை நிறைவேற்ற எந்தவிதமான தியாகத்துக்கும் தயாராக இருக்க வேண்டும்" என்று கேட்டுக்கொண்டார்.

கூட்டத்தில் இருந்த பல்லாயிரக்கணக்கான இளைஞர்கள் "நாங்கள் தயார்! நாங்கள் தயார்" என்று முழங்கினர்.

12. நேதாஜி மறைவு?

▶ நேருவும், நேதாஜியும்!

"தேவர் எந்த மேடையில் பேசினாலும் அதைப் பதிவு செய்து மேலிடத்துக்கு அனுப்புவதிலேயே குறியாக இருந்தார்கள் பிரிட்டிஷ் அதிகாரிகள். அப்போது தேவர் மீது மூன்று வழக்குகள் நிலுவையில் இருந்தன. 27.6.1939 அன்று அருப்புக் கோட்டையில் பேசிய உரை, 26.7.1938 அன்று பெருநாழியில் பேசிய உரை, 18.6.1939 அன்று உசிலம்பட்டியில் பேசிய உரை என்று மூன்று மேடைப் பேச்சுக்காக அவர் மீது வழக்கு தொடரப்பட்டிருந்தது. மேலும், அவர் மீதான ஜாமீன் வழக்கு ஒன்றும் நிலுவையில் இருந்தது.

குகன் ♦ 71

இந்நிலையில், செப்டம்பர் 10, 1939 அன்று காங்கிரஸ் காரியக் கமிட்டி கூட்டம் கூடியது. அதில் கலந்துகொள்ள தேவரையும் அழைத்துச் சென்றார் நேதாஜி. வார்தாவில் நடந்த கூட்டத்தில் நேதாஜிக்கும், நேருவுக்கும் காரசாரமான வாக்குவாதங்கள் நடந்தன. இறுதியில், நேதாஜி கூட்டத்தில் இருந்து வெளியேறி னார். அவரைத் தொடர்ந்து தேவரும் வெளியேறினார்.

நேதாஜியுடன் வெளியேறிய தேவர் அவருடன் கல்கத்தா சென்றார். பிறகு மதுரை திரும்பினார். மதுரைக்கு வந்த தேவரை பிரிட்டிஷ் காவலர்கள் தீவிரமாகக் கண்காணித்துக்கொண்டே இருந்தனர். காரணம், பிரிட்டிஷாருக்கு நெருக்கடி கொடுக்கும் நேதாஜிக்கு உறுதுணையாக இருப்பவர் தேவர் என்பதுதான். ஆகவே, அவரை முடக்கிப்போடுவதற்குத் திட்டம் தீட்டத் தொடங்கினர். அந்த வகையில் தேவர் மீதான பழைய வழக்குகள் எல்லாம் தூசிதட்டப்பட்டன.

''தேவர் மதுரையிலேயே தங்கியிருக்க வேண்டும். பொது மேடைகளில் பேசக் கூடாது. உத்தரவு ரத்தாகும் வரை மதுரையை விட்டு எங்கும் செல்லக் கூடாது'' என்று தடை உத்தரவு வெளியானது.

உடனே தேவர், ''இந்தத் தடை உத்தரவு ஜனநாயகத்துக்குப் புறம்பானது. எனது சொந்த எஸ்டேட் விவசாய வேலைகளைக் கவனிக்க ஊருக்கு செல்கிறேன்'' என்று கடிதம் எழுதி, மதுரையில் இருந்து சொந்த ஊருக்கு ரயில் ஏறினார். ஆனால், திருப்புவனம் ரயில் நிலையத்தில் பெரும் போலீஸ் படை தேவரைக் கைது செய்தது. அதைத்தான் தேவரும் விரும்பினார்.

தடை உத்தரவை மீறிய குற்றத்திற்காக தேவருக்கு ஒன்றரை ஆண்டு சிறைத் தண்டனை விதிக்கப்பட்டு, திருச்சிராப்பள்ளி சிறையில் அடைக்கப்பட்டார்.

இனியும் அமைதியாக இருந்தால் இந்தியா சுதந்தரமடைவது மேலும் தாமதமாகும் என்று நினைத்தார் நேதாஜி. பிரிட்டிஷாரால் வீட்டுக் காவலில் இருந்த அவர், மாறு வேடமிட்டு, வீட்டைவிட்டு

அணிவகுப்பைப் பார்வையிடும் நேதாஜி

வெளியேறினார். காவலர்களின் கண்களில் மண்ணைத் தூவிவிட்டு, இந்தியாவைக் கடந்து இத்தாலி வழியாக ஜெர்மனிக்கு சென்றார். நேதாஜி தப்பிச் சென்ற விஷயமே ஒரு வாரம் கழித்துத்தான் பிரிட்டிஷாருக்குத் தெரியவந்தது.

நேதாஜி பார்வர்ட் பிளாக் கட்சியைத் தொடங்கும்போதே ராணுவப் போராட்டம் நடத்தத் திட்டமிட்டு, "வார் கவுன்சில்" என்ற அமைப்பை ஏற்படுத்தியிருந்தார். அதில், சுபாஷ் சந்திரபோஸ், சரத் சந்திரபோஸ், லாலாசங்கர் லால், எஸ்.ஸ்ரீநிவாச ஐயங்கார் மற்றும் முத்துராமலிங்கத் தேவர் ஆகியோர் உறுப்பினர்களாக இருந்தனர்.

வார் கவுன்சிலில் இருக்கும் ஐந்து உறுப்பினர்களில் தேவரும் ஒருவர் என்பதால் தடை உத்தரவு வழக்கில் தண்டனை முடிந்து திருச்சி சிறையிலிருந்து வெளியே வரும்போது, பாதுகாப்புச் சட்டத்தின் கீழ் மீண்டும் அவரைக் கைது செய்தனர். மேலும், ஃபார்வர்ட் பிளாக் உறுப்பினர்கள் ஒவ்வொருவரையும் தேடித் தேடிக் கைதுசெய்தது பிரிட்டிஷ் காவல்துறை. கையில் சிக்கிய வர்களை எல்லாம் இரவோடு இரவாக சிறையில் அடைத்தது.

இந்தியாவில் இருந்து தப்பிச் சென்ற நேதாஜி தெற்காசியா முழுக்க பயணம் செய்தார். ஜெர்மனியில் "ஃப்ரீ இந்தியா செண்டர்" என்ற அமைப்பைநிறுவினார். "ஆசாத் ஹிந்த்" என்ற வானொலி சேவையைத்

தொடங்கி அமெரிக்கா, பிரிட்டன் நாடுகளுக்கு எதிராகப் போர்ப் பிரச்சாரம் செய்தார்.

என்றாலும், நேதாஜியால் அங்கு தொடர்ந்து இருக்க முடிய வில்லை. ஜப்பானுடன் தொடர்பு கொண்டு, அவர்களுடைய உதவியுடன், நீர்மூழ்கிக் கப்பல் வழியாக ஜப்பான் சென்றார்.

அங்கு ''இந்திய தேசிய ராணுவம்'' என்ற தனியார் ராணுவத்தை அமைத்தார். தனது படையைக் கொண்டு இந்தியாவில் இருக்கும் பிரிட்டிஷாருக்கு எதிராகப் போர்ப் பிரகடனம் செய்தார். தனது ராணுவ நடவடிக்கையில் தேவரும் பங்குபெற வேண்டும் என்று நேதாஜி விரும்பினார். ஆனால், அப்போது தேவர் கைது செய்யப்பட்டு சிறையில் இருந்தார்.

இந்திய தேசிய ராணுவம் இந்தியாவில் இருக்கும் பிரிட்டன் படைகளைத் தாக்கியது. ஆனால், அமெரிக்காவின் அணுகுண்டு ஹிரோஷிமாவையும், நாகசாகியையும் பேரழிவுக்குள்ளாகியது. ஜப்பான் வேறுவழியில்லாமல் சரணடைய வேண்டியதாக இருந்தது. அதனால், நேதாஜி பிரிட்டிஷாரை எதிர்த்துப் போரிட முடியாமல் விமானத்தில் ஏறித் தப்பித்தார். ஆகஸ்ட் 23, 1945 அன்று நேதாஜி தப்பிச்சென்ற விமானம் விபத்துக்குள்ளாகி, அவர் இறந்துவிட்டதாக ஜப்பான் அறிவித்தது.

இரண்டாம் உலகப் போர் முடிவுக்கு வந்ததைத் தொடர்ந்து தேவர் சிறையில் இருந்து விடுவிக்கப்பட்டார்.

கிட்டத்தட்ட ஆறாண்டுகள் சிறையில் கழித்த தேவர் வெளியானதும் அரசியலில் ஈடுபடவில்லை. தனது தலைவரான நேதாஜி இறந்துவிட்டதாக ஜப்பான் அறிவித்திருந்தது அவரை அதிர்ச்சியில் ஆழ்த்தியிருந்தது.

அவருடைய மனம் முழுக்க நேதாஜிதான் நிறைந்திருந்தார். அவரின் உள்ளுணர்வு நேதாஜி உயிரோடுதான் இருக்கிறார் என்று சொல்லியது. நேதாஜியின் மரணச்செய்தி பொய்யாக இருக்கவேண்டும் என்றே நினைத்தார். அந்தச் செய்தி உண்மையா, பொய்யா என்று எப்படி உறுதி செய்வது என்று யோசித்துக் கொண்டிருந்தார். அதேசமயம், தன்னுடைய மன அமைதிக்காக ஆன்மிகத்தில் கவனம் செலுத்தினார் தேவர்.

13. ஃபார்வர்ட் பிளாக்: சுதந்தரத்துக்குப் பிறகு

▶ மேடை ஒன்றில் தேவர்

"ஆகஸ்ட் 9, 1942 அன்று வெள்ளையனே வெளியேறு தீர்மானத்தை நிறைவேற்றி யது காங்கிரஸ் கட்சி. அதன் காரணமாக, காங்கிரஸ் தலைவர்கள் பலரும் கைது செய்யப்பட்டனர். அவர்களில் காந்தியும் ஒருவர். அதனைத் தொடர்ந்து தேசம் முழுக்க எதிர்ப்பு அலை வீசியது. அரசு அலுவலகங்கள், தபால் நிலையங்கள் என்று போராட்டக்காரர்கள் பேதம் பார்க்கவில்லை. ரயில் தண்டவாளங்கள் பெயர்க்கப்பட்டன.

நாடு முழுக்க நடந்த கிளர்ச்சியைக் கண்டு காந்தி மிகவும் வேதனை அடைந்தார். "இது அஹிம்சா கொள்கைக்கு எதிரான போராட்டம்" என்று சிறையில் இருந்தபடியே அறிக்கை வெளியிட்டார்,

காங்கிரஸ் கட்சியும் கிளர்ச்சிக்கு எதிராகத் தனது கருத்தைத் தெரிவித்தது. அப்போது நடந்த போராட்டங்களை மூத்த தலைவர் ராஜாஜி "காலிகளின் போராட்டம்" என்றார்.

அஹிம்சைக்கு எதிராகக் கிளர்ச்சியில் இறங்கினாலும், கைது செய்யப்பட்ட தலைவர்களுக்காகத்தான் போராட்டம் நடக்கிறது. அவர்களின் உணர்வுகளை மதிக்காமல், அவர்களை எப்படி 'காலிகள்' என்று ராஜாஜி விமரிசிக்கலாம்? அது போராட்டக்காரர்களை அவமானப்படுத்தும் காரியம் அல்லவா? என்று பலரும் கருதினர். முக்கியமாக, தமிழகத்தில் இருந்த பல காங்கிரஸ்காரர்களுக்கு ராஜாஜி மீது அதிருப்தி உருவானது. ஆகவே, மீண்டும் ராஜாஜியின் தலைமை தமிழகத்தில் ஏற்படக்கூடாது என்று பலரும் நினைத்தனர்.

அப்போது, தேவர் உதவியோடு திருப்பரங்குன்றத்தில் "தமிழ்நாடு காங்கிரஸ் ஊழியர் மாநாடு" நடத்தப்பட்டது. பல காங்கிரஸ் உறுப்பினர்கள் கூடி இருந்த மாநாட்டுக்கு நெல்லை மாவட்ட தியாகி யக்ஞேஸ்வர சர்மா தலைமை தாங்கினார். அந்த மாநாட்டில் ராஜாஜி மீது நம்பிக்கையில்லாத் தீர்மானம் கொண்டுவந்தார் தேவர். அதற்கு முன்னால் ராஜாஜி தன்னிலை விளக்கம் ஒன்றைக் கொடுத்தார்.

"சில காங்கிரஸ்காரர்கள் அல்லாதவர் செய்த கிரிமினல் நடவடிக்கைகளை நான் கண்டித்தேனே தவிர, போராட்டத்தைப் பொதுப்படையாகக் கண்டிக்கவில்லை" என்றார் ராஜாஜி.

அந்த விளக்கத்தை தேவர் உட்பட யாரும் ஏற்றுக் கொள்ளவில்லை. தேவரைத் தொடர்ந்து புதுக்கோட்டை வல்லத்தரசு, கும்பகோணம் எஸ்.ஏ.ரஹீம் போன்றோர் பேசினார்கள். அப்போது கோபால்சாமி என்பவர் மாநாட்டின் தலைவரான யக்ஞேஸ்வர சர்மாவிடம் வந்து, "காந்திஜியிடம் இருந்து ஒரு கடிதம் வந்திருக்கிறது. அதை இங்கு படிக்க அனுமதிக்க வேண்டும்" என்று கேட்டுக்கொண்டார்.

அதைப் படிக்க சர்மாவும் சம்மதித்தார். "தமிழ்நாடு காங்கிரஸ் ஊழியர்கள் ராஜாஜியை புறக்கணிக்கக் கூடாது. அவருடைய சேவை தமிழ்நாட்டுக்கு இந்தத் தருணத்தில் தேவைப்படுகிறது" என்று அந்தக் கடிதத்தில் குறிப்பிடப்பட்டிருந்தது. அந்தக் கடிதம் ராஜாஜிக்கு எதிரான தீர்மானத்தைப் பொடிப்பொடியாக நொறுக்கிவிடும் என்பதை தேவர் உணர்ந்தார். காங்கிரஸ் ஊழியர்களும் காந்தியின் வார்த்தையை அப்படியே ஏற்றுக் கொள்பவர்கள் என்பதுதான் அதற்குக் காரணம்.

அதனைத் தொடர்ந்து ராஜாஜிக்கு எதிரான நம்பிக்கையில்லாத் தீர்மானம் ஓட்டெடுப்புக்கு விடப்பட்டது. பெரும்பாலானோரின் ஆதரவால் தீர்மானம் நிறைவேற்றப்பட்டது. அதுமுதல் ராஜாஜியின் செல்வாக்கு மங்கத் தொடங்கியது; காமராஜரின் கை ஓங்கத் தொடங்கியது.

பல லட்சம் உயிர்களைப் பலிவாங்கியபிறகு இரண்டாம் உலகப் போர் முடிவுக்கு வந்தது. உலகளவில் பல நாடுகளைத் தன்னுடைய பிடியில் வைத்திருந்த பிரிட்டிஷார் இப்போது சற்றே பலவீனமாகக் காட்சியளித்தனர். உலக வரைபடம் மாறத்தொடங்கியிருந்தது. அதனைத் தொடர்ந்து இந்தியாவுக்குச் சுதந்தரம் கொடுப்பது தொடர்பாக காங்கிரஸ் தலைவர்களுடன் பேச்சுவார்த்தை நடத்தியது பிரிட்டிஷ் அரசு.

''இந்தியாவுக்கு டொமினியன் அந்தஸ்து (பிரிட்டிஷ் மன்னரின் தலைமையான ஆட்சி) கொடுக்கிறோம்'' என்றது பிரிட்டிஷ் அரசு. இந்தப் பேச்சுவார்த்தையில் வலதுசாரி காங்கிரஸ் தலைவர்கள்தான் அதிக அளவில் இருந்தனர் என்பது குறிப்பிடத்தக்கது.

இதற்கிடையே 1946 ஆம் ஆண்டில் பிரிட்டிஷ் இந்தியாவில் தேர்தல் நடத்துவதற்கான ஏற்பாடுகள் தொடங்கின. நேதாஜியை நெஞ்சில் ஏற்றிக்கொண்டு, தேர்தல் களத்தில் இறங்கினார் தேவர். அவரால் பிரச்சாரத்தில் முழுமையாக ஈடுபட முடியுமா என்று பலர் பேசினர். ஆனால், அவரை எதிர்த்து போட்டியிட்டால் வெற்றி பெற முடியாது என்பது மட்டும் எதிர்த்தரப்பினருக்கு நன்றாகத் தெரிந்திருந்தது. அதனால் முதுகுளத்தூரில் தேவரை எதிர்த்து யாரும் போட்டியிடவில்லை. போட்டியின்றி வெற்றி பெற்றார் தேவர்.

அப்போது, ''ஆந்திரகேசரி'' என்று அழைக்கப்படும் பிரகாசம் தலைமையில் மந்திரி சபை அமைக்கப்பட்டது. தனது அமைச்சரவையில் தேவருக்கு ஒரு துறையை ஒதுக்கி மந்திரியாக்க வேண்டும் என்று அவர் விரும்பினார். தேவருக்கு தொழில்துறை பொருத்தமாக இருக்கும் என்று கூறி, மந்திரி பதவி ஏற்கும்படி கேட்டுக் கொண்டார். ஆனால், தேவர் மந்திரி பதவியை ஏற்க மறுத்துவிட்டார்.

வெற்றியைக் கொண்டாட முடியாமல் இன்னொரு அரசியல் பேரிடி தேவருக்குக் காத்திருந்தது. கொள்கையளவில் ஃபார்வர்ட் பிளாக் இரண்டாக உடைந்தது. ஒரு பிரிவினர் ''மார்க்ஸிஸ்ட்டு'' சிந்தனையை அடிப்படையாகக் கொண்டிருந்தார்கள். இன்னொரு பிரிவினர், ''சுபாஷிஸ்ட்டு'' கொள்கையை அடிப்படையாகக் கொண்டிருந்தனர்.

இதுபோன்ற அரசியல் மாற்றங்களும், கட்சிப் பிளவும் தேவரை அதிருப்தியடைய செய்தது. கொஞ்ச காலம் அரசியலில் இருந்து ஒதுங்கியிருக்கலாம் என்று முடிவு செய்தார். ஆகவே, மதுரையில் இருந்து புளிச்சிகுளத்துக்குச் சென்று தங்கினார். மருதுபாண்டியர் பிறந்த ஊரான நரிக்குடி, முக்குளம் என்ற ஊரிலிருந்து ஒன்றரை மைல் தூரத்தில் உள்ளது. அந்தக் காலத்தில் புளிச்சிகுளத்தில் எந்தப் பக்கம் செல்வதாக இருந்தாலும் பத்து மைல்கள் நடந்துதான் செல்ல வேண்டும். பஸ் வசதியோ, சாலை வசதியோ இல்லாத காலம்.

தன்னை வந்து சந்திப்போரிடம் அரசியல் பேசுவதைத் தவிர்த்தார் தேவர். எந்த ஒரு அரசியல் நிகழ்ச்சியிலும் கலந்துகொள்ளவில்லை. 1946 தொடங்கி 1948 வரை கிட்டத்தட்ட இரண்டு வருடம் தேவர் புளிச்சிகுளத்தில் வனவாச வாழ்க்கையை மேற்கொண்டார் என்றுதான் சொல்லவேண்டும்.

ஆகஸ்ட் 15, 1947 இந்தியா பரிபூரண சுதந்தர தேசமாக மாறியது. தெருவெங்கும் சுதந்தரத்தைக் கொண்டாடினர். ஆனால் தேவரோ சுதந்தர தினத்தைக் கொண்டாடாமல் மௌனமாக இருந்தார். இது உண்மையான சுதந்தரம் அல்ல என்று நினைத்தார் தேவர். ‘‘கைராட்டை சுற்றினால் நூல்தான் வரும், சுயராஜ்ஜியம் வராது’’ என்று தேவர் அடிக்கடி வேடிக்கையாகச் சொல்வார். வெளியூர் கொள்ளைக்காரனிடம் இருந்து உள்ளூர் கொள்ளைக்காரனிடம் தேசம் கை மாறியது. ஆகவே, ஃபார்வர்ட் பிளாக் சுதந்தரத்தைக் கொண்டாடவில்லை என்றார் தேவர்.

1948 பிப்ரவரி மாதம் வாரணாசியில் நடந்த காங்கிரஸ் கூட்டத்தில், தங்கள் கட்சிக்கு எதிராகச் செயல்படுபவர்கள், எதிரான கொள்கையுடையவர்கள் ஆகியோரை நீக்கி உத்தரவிட்டது காங்கிரஸ் தலைமை. அப்படி நீக்கப்பட்டவர்களுள் ஃபார்வர்ட் பிளாக்கினரும் அடக்கம். ஆம். அதுவரை காங்கிரஸ் கட்சிக்கு உள்ளேயே இருந்து செயல்பட்டுவந்த ஃபார்வர்ட் பிளாக், முழுமையான தனிக்கட்சியாக உருவெடுத்தது. பார்வர்ட் பிளாக் சென்னை மாகாணத்தின் தலைவராக முத்துராமலிங்க தேவர் தேந்தெடுக்கப்பட்டார்.

தலைமைப் பொறுப்பில் இருப்பவர் வனவாச வாழ்க்கையில் இருந்தால் பொருத்தமாக இருக்காது அல்லவா, மீண்டும் அரசியல் களத்தில் இறங்கினார் தேவர். அதே ஆண்டில் ஜில்லா போர்டு தேர்தல் நடந்தது. காங்கிரஸில் இருந்து வெளியே வந்து, காங்கிரஸை எதிர்க்கும் முதல் தேர்தல்.

தேவருடன் (வலது) பி.கே.மூக்கையாத் தேவர்

கமுதி தொகுதியில் குருவன் செட்டியாரையும், சாயல்குடி தொகுதியில் சேதுராமன் செட்டியாரையும் ஃபார்வர்ட் பிளாக் வேட்பாளராக நிறுத்தினார் தேவர். இவர்களில், சேதுராமன் செட்டியாரைப் பற்றி இந்தப் புத்தகத்தின் தொடக்கத்திலேயே பார்த்துவிட்டோம். செட்டியார் நிறுவிய 'விவேகானந்தா வாசக சாலை' விழா ஒன்றில்தான் தேவர் முதன்முதலாகக் கலந்துகொண்டு உரையாற்றினார். அதேபோல, கமுதியில் போட்டியிட்ட குருவன் செட்டியார் தேவரின் விசுவாசமான தொண்டர்.

கமுதி, சாயல்குடி என்ற இரண்டு தொகுதிகளுமே முழுக்க முழுக்க மறவர்கள் நிறைந்த பகுதி. ஆனாலும் செட்டியார் சாதியைச் சேர்ந்தவர்களை வேட்பாளராக்கியிருந்தார் தேவர். அவர்கள் இருவரும் கணிசமான வாக்குகள் பெற்று வெற்றிபெற்றார்கள். அதன் பின்னணியில் இருந்தது, தேவரின் செல்வாக்கு!

அந்தத் தேர்தலில் மதுரை, ராமநாதபுரம், திருநெல்வேலி மாவட்டங்களில், காங்கிரஸை எதிர்த்து நின்ற சுயேட்சை வேட்பாளருக்கும், கம்யூனிஸ்டு வேட்பாளர்களுக்கும் ஆதரவாக தேவர் பிரசாரம் செய்தார். அந்தத் தொகுதியில் காங்கிரஸ் அடைந்த தோல்விக்கு தேவரின் பிரசாரம் முக்கியமான காரணமாக இருந்தது.

அன்றைய தேதியில் காங்கிரஸ் மிக வலிமையான கட்சி. இந்தியாவுக்குச் சுதந்தரத்தை வாங்கித் தந்ததாக மார்தட்டிக் கொண்ட கட்சி. ஆனால், சுதந்தரம் அடைந்த அடுத்த

ஆண்டிலேயே அதைத் தோல்வி அடைய வைப்பது மிக கடினமான விஷயம். அதை தேவர் எளிதாகச் செய்தார் என்றுதான் சொல்லவேண்டும்.

ஜனவரி 23, 1949. நேதாஜியின் பிறந்த நாள். அதை 'நேதாஜி ஜெயந்தி'யாகக் கொண்டாடும் விதமாக மதுரை தமுக்கம் மைதானத்தில் ஒரு பொதுக்கூட்டம் ஏற்பாடு செய்தனர். நீண்ட இடைவேளைக்குப் பிறகு தேவர் தோன்ற இருந்த பொதுக்கூட்டம். அவரைக் காணவும், அவரது பேச்சைக் கேட்கவும் பலர் கூடினர். லட்சக்கணக்கான மக்கள் தமுக்கம் மைதானத்தில் திரண்டிருந்தார்கள்.

பேசுவதற்காக மைக்கை நெருங்கினார் தேவர். அடுத்த நொடி மக்கள் கரவொலி எழுப்பினார்கள். அத்தனைக் கைதட்டல்களும் ஓயவே ஐந்து நிமிடங்கள் ஆயின. "தாய்மார்களே, சகோதரர்களே" என்று தேவர் பேசத் தொடங்கினார். நீண்டகாலம் மக்கள் முன் தோன்றாததற்கான காரணம் குறித்தும், தேசிய - சர்வதேச அரசியல் குறித்தும் பேசினார். இறுதியில், தேவர் கூறிய தகவலைக் கேட்டு, ஒருநொடி திடுக்கிட்ட மக்கள், பிறகு மகிழ்ச்சி ஆரவாரம் எழுப்பினர்.

''நேதாஜி சுகமாக இருக்கிறார். அவர் விமான விபத்தில் இறந்துவிட்டதாகக் கூறுவது பொய். தக்க சமயத்தில் நேதாஜி மக்கள் முன் தோன்றுவார். அவரோடு எனக்குத் தொடர்பு இருக்கிறது'' என்றார்.

அன்றைய தினமே ''நேதாஜி'' என்ற வார இதழைத் தொடங்கினார் தேவர். அந்தப் பத்திரிக்கைக்கு அவரே ஆசிரியர். மதுரை பொதுக்கூட்டத்தைத் தொடர்ந்து தென் மாவட்டங்கள் முழுவதும் சுற்றுப்பயணம் செய்த தேவர், ஒவ்வொரு கூட்டத்திலும் நேதாஜி உயிருடன் இருக்கிறார் என்று உறுதிபடக் கூறினார்.

தேவர் பொய் கூறுகிறார் என்று ஒரு சிலர் விமரிசனம் செய்தார்கள். இன்னும் சிலர், அவர் சொல்வது உண்மையாக இருக்குமோ என்று சந்தேகப்பட்டனர். ஆனால், அரசாங்கம் தேவரின் ஒவ்வொரு நடவடிக்கையையும் உன்னிப்பாகக் கவனித்து வந்தது.

டிசம்பர், 1949. 'நேதாஜி' பத்திரிக்கை தொடங்கி பதினொரு மாதங்களாகியிருந்தது. பத்திரிகைப் பணிகளில் மூழ்கியிருந்தார் தேவர். அப்போது, தொலைபேசி மணி ஒலித்தது.

''நான் சரத் சந்திர போஸ். நீங்கள் உடனே என்னை வந்து பாருங்கள்'' என்றார்.

திடீரென்று இப்படியொரு அழைப்பு சரத் சந்திரபோஸிடமிருந்து வரும் என்று தேவர் எதிர்பார்க்கவில்லை. அவர் இவ்வளவு அவசரமாக அழைக்கிறார் என்றால் கண்டிப்பாக முக்கியமான விஷயமாக இருக்கும் என்பது மட்டும் தேவருக்குப் புரிந்தது.

உடனடியாக கல்கத்தாவுக்குப் புறப்பட்டார். அவரை வழியனுப்ப தேவரின் நண்பரான சசிவர்ணத் தேவர் சென்னை சென்ட்ரல் ரயில் நிலையம் வரை வந்திருந்தார்.

கிட்டத்தட்ட ஒரு வருடத்துக்கு மேலாகியும் தேவரிடமிருந்து எந்தத் தகவலும் இல்லை. மீண்டும் வனவாசத்தை மேற்கொண்டாரோ அல்லது சென்னையில் தங்கிவிட்டாரோ என்பன போன்ற சந்தேகங்கள் வந்தன. தேவரைப் பற்றி பல யூகங்கள், வதந்திகள் பரவின. வதந்திகளின் உச்சமாக தேவர் இறந்துவிட்டார் என்று அவரின் படத்துக்கு மாலை அணிவித்து, காரியம் செய்யும் அளவுக்குச் சென்றுவிட்டனர்.

உண்மையில், நேதாஜியின் சகோதரர் சரத் சந்திரபோஸின் உதவியுடன் இந்திய எல்லையைக் கடந்து, சீனாவின் எல்லைப் பகுதியை அடைந்தார் தேவர். அங்கேயே ஒரு வருடம் வரைக்கும் தங்கினார். எதற்காக அங்கே தங்கினார் தேவர் என்ற விபரங்கள் யாருக்கும் தெரியவில்லை.

பின்னர் இந்திய எல்லை வழியாக கேரளா வந்து, அங்கிருந்து தமிழகத்துக்குள் நுழைந்தார். தேவர் திரும்பி வந்தபோது அவருடைய உருவமே அடியோடு மாறிப்போயிருந்தது. எப்போதும் மீசையுடன் இருப்பவர், அப்போது மீசையில்லாமல் காணப்பட்டார். தலைமுடி தோளைத் தொடும் அளவுக்கு வளர்த்திருந்தார். கிட்டத்தட்ட இரண்டு பெட்டிகளில் கம்பளி ஆடைகள் இருந்தன.

ஜனவரி 23, 1951.. மதுரை தமுக்கம் மைதானத்தில் நேதாஜி யின் பிறந்த நாள் நிகழ்ச்சி தொடங்கியது. தோற்றம் மாறிய தேவரைப் பார்த்து பலரும் ஆச்சரியப்பட்டனர். பொதுக்கூட்டத்தில் பேசிய தேவர், "நேதாஜி பத்திரமாக இருக்கிறார். சீனா, திபெத் எல்லையோரப் பகுதியில்தான் இருக்கிறார். அவரைத் தேடித்தான் நான் போனேன். அவரைச் சந்தித்தேன்" என்றார்

அடுத்த நாள் செய்தித்தாள்களில் தேவரின் பேட்டி வெளியானது. அது ஆட்சியாளர்களை அச்சுறுத்தியது.

14 1952 பொதுத் தேர்தல்

“தேர்தல் அறிவிப்பின்போது பிரதமர் நேரு, ‘‘21 வயது நிரம்பியவர்களுக்கு வாக்குரிமை கொடுத்து சட்டமன்றத்துக்கும், பாராளுமன்றத்துக்கும் பொதுத் தேர்தல் வரப்போகிறது. அந்தத் தேர்தலில் வாக்காளர்கள் கட்சியைப் பார்க்காமல், யார் நாட்டுக்கும், மக்களுக்கும் தன்னலமற்று சேவை செய்வார்களோ, அப்படிப்பட்ட வேட்பாளர்களையே தேர்ந்தெடுங்கள்’’ என்று அறிக்கை விடுத்தார்.

சுதந்தர இந்தியாவுக்கான முதல் பொதுத்தேர்தலில் அகில இந்திய ஃபார்வர்ட் பிளாக் கட்சி இந்தியா முழுவதும் போட்டியிட்டது. மேலும், தனது தேர்தல் பிரகடனத்தை ஆங்கிலத்திலும் இந்தியிலும் வெளியிட்டது. ஆங்கிலத்தில் வெளிவந்த தேர்தல்

பிரகடனத்தை, தமிழில் தனது கையெழுத்துடன் புத்தகமாக வெளியிட்டார் தேவர்.

அதில் நிதி, வருவாய், வரி கட்ட மறுப்போருக்கு தண்டனை, நாட்டின் செலவு, தேசியப் பொருளாதாரம், வெளிநாட்டுக் கடன், வேளாண்மை வளர்ச்சி, வெளிநாட்டுக் கொள்கை, இந்திய தேசிய இராணுவம் போன்றவை குறித்து தொலைநோக்குப் பார்வையுடன் குறிப்பிடப்பட்டிருந்தது.

அந்தத் தேர்தலில் தெய்வ பக்தரான தேவரும் கடவுள் மறுப்பாளரான பெரியாரும் ஒரே மேடையில் காங்கிரஸை எதிர்த்துப் பிரசாரம் செய்தனர். காங்கிரஸ் கட்சிக்கு எதிராக யார் வேட்பாளராக நின்றாலும் அவர்களுக்கு ஆதரவு கொடுங்கள் என்று பிரசாரம் செய்தனர்.

''தேசிய முகாமில் தேசிய எதிரிகளைக் கண்டுபிடிக்க வேண்டிய அவசியம் ஏற்பட்டுவிட்டது. ஏனெனில், ஈரோட்டு நாயக்கர் உள்ளே புகுந்து காங்கிரசைக் கவிழ்க்கிறார். நாங்கள் வெளியே இருந்து குடைகிறோம். முடிவில் நானும் பெரியாரும் ஒரே மேடையில் ஏறி, காங்கிரசை ஒழிப்பதென்ற பழைய திட்டத்தை நிறைவேற்றிய பெருமையில் மகிழ்வோம்'' என்றார்.

மேலும், "இவ்வகையில் திராவிட இயக்கத்தினரின் ஐக்கியத்தைப் பற்றி எவரும் மகிழத்தான் வேண்டும். ஆனால், திராவிட இயக்கத் தலைவரான நாயக்கரோடு இரண்டறக் கலந்து நிற்கிற காமராஜ் நாடாரைப் பற்றித்தான் பிரச்சனை எல்லாம்.

தேசியத்தை பொறுத்தவரையில் திராவிட இயக்கத்தினர் எப்போதுமே விரோதிகள் தான். ஆகவே, அவர்களை இரண்டாவது எதிரிகளாகத்தான் கருத வேண்டும். ஆனால், அவர்களுடன் இரண்டறக் கலந்துவிட்ட காமராஜ் நாடார்தான் தேசியத்திற்கு முதல் எதிரி" என்றார் தேவர்.

(1952 பசும்பொன் தேவரின் அரசியல் முழக்கம்
-க.பூபதி ராஜா. பக்.119)

ஃபார்வர்ட் பிளாக் கட்சிக்கு ஒதுக்கப்பட்ட சின்னம் சிங்கம். தேவர் ஒரே சமயத்தில் முதுகுளத்தூர் சட்டமன்றத் தொகுதியிலும், அருப்புக்கோட்டை பாராளுமன்றத் தொகுதியிலும் போட்டியிட்டார். அவரை எதிர்த்து காங்கிரஸ் சார்பில் அருப்புக்கோட்டையில் குலாம் மைதீனும், முதுகுளத்தூரின் வக்கீல் சண்முகசுந்தரமும் போட்டியிட்டார்கள்.

தேவர் தான் போட்டியிட்ட தொகுதிகளில் மட்டுமில்லாமல், தமிழகம் முழுவதும் காங்கிரஸ் கட்சிக்கு எதிராகப் பிரசாரம் செய்தார். ஒரு காலத்தில் காங்கிரஸ் வெற்றிக்காக பாடுபட்ட தேவர், இப்போது அந்தக் கட்சி வேட்பாளர்களைத் தோற்கடிக்கப் பாடுபட்டார். தேர்தல் முடிவுகள் வெளியானபோது காங்கிரஸ் கட்சிக்கு அதிர்ச்சி காத்திருந்தது.

சென்னை மாகாணத்தில் உள்ள 375 தொகுதிகளில் 152 இடங்களில் மட்டுமே காங்கிரஸ் வென்றது. மீதி 223 தொகுதிகளில் காங்கிரசை எதிர்த்து நின்ற கட்சிகள் வெற்றிபெற்றன. விளைவு, காங்கிரஸுக்குத் தனிப் பெரும்பான்மை கிடைக்கவில்லை.

தேவர் முதுகுளத்தூர் சட்டசபை தொகுதியிலும், அருப்புக் கோட்டை பார்லிமெண்ட் தொகுதியிலும் தேர்ந்தெடுக்கப்பட்டு இரட்டை வெற்றி பெற்றார். பின்னர் நாடாளுமன்ற உறுப்பினர் பதவியை ராஜிநாமா செய்துவிட்டு, சட்டமன்றத்துக்குச் சென்றார்.

கம்யூனிஸ்டுகளின் ஆதரவுடன் புதிய அரசை அமைப்பதற்கு தேவர் பாடுபட்டார். ஆனால், ஆளுநர் ராஜாஜியை அரசமைக்க அழைப்பு விடுத்தார். ராஜாஜி மீண்டும் சென்னை மாகாணத்தின் முதல்வரானார்.

ராஜாஜியுடன் காமராஜர்

ஆட்சிப் பொறுப்புக்கு வந்ததும் குலக்கல்வி திட்டத்தைக் கொண்டு வந்தார் ராஜாஜி. தந்தையின் தொழிலை மகன் கற்றுக்கொள்ள வேண்டும். தந்தையின் தொழிலை விரும்பிக் கற்பதில் தவறில்லை. ஆனால், சட்டத்தின் பெயரால் கட்டாயப்படுத்த முடியாது. தங்களுக்கு கனவு, லட்சியம் இருக்கும் அடுத்த தலைமுறையினருக்கு இத்திட்டம் தடையாக இருக்கலாம்.

குலக்கல்வி திட்டத்தை அமல்படுத்த நினைத்த ராஜாஜியை எதிர்த்து தமிழகம் முழுவதும் எதிர்ப்பலை பரவியது. அதன் காரணமாக ராஜாஜி தனது முதல்வர் பதவியை ராஜினாமா செய்தார். அந்த இடத்துக்கு காமராஜரைக் கொண்டுவர நினைத்தது காங்கிரஸ் தலைமை. ஆனால் ராஜாஜியையும் காமராஜரையும் ஒப்பீடு செய்து பார்த்த பலரும் காமராசரை ஏற்கத் தயங்கினர்.

கல்வி அறிவிலும், அனுபவத்திலும் ராஜாஜிக்கு காமராஜர் நிகரானவர் அல்ல என்று பலரும் கருதினர். பிராமணர் அல்லாத ஒருவர் முதல்வராக வேண்டும் என்று விரும்பிய பெரியார், வரத ராஜுலு போன்றவர்கள் காமராசர் முதல்வராவதை ஆதரித்தனர். மற்ற கட்சி தலைவர்களிடம் ஆதரவும் பெற்று

விட்டார். ஆனால் தேவரிடம் இருந்து எந்தவிதமான சாதக சமிக்ஞையும் இல்லை. ஆனாலும் அவரது ஆதரவு அவசியம் என்று நினைத்தார் காமராசர். ஆனால் தானே நேரில் சென்று ஆதரவு கேட்காமல், வரதராஜுலு நாயுடுவை அனுப்பி வைத்தார்.

விஷயம் கேள்விப்பட்ட தேவர், தாமே வந்து வரதராஜுலு நாயுடுவைச் சந்தித்தார். அப்போது நாயுடுவின் வீட்டில் காமராசரும் இருந்தார்.

"ராஜாஜி பதவி விலகியதால், புதிய முதலமைச்சரைத் தேர்வு செய்ய உத்தேசித்துள்ளோம்"

"நல்லது. ராஜாஜியை போல் படித்தவர், அனுபவம் மிக்கவராகத் தேர்வு செய்ய வேண்டும்" என்றார் தேவர்.

தேவர் அவர்கள் சொன்ன 'படித்தவர்' என்ற வார்த்தையை காமராசருக்குப் பொருந்தவில்லை என்றாலும், அரசியலில் காமராசருக்கு அதிக அனுபவம் இருந்தது.

"பிராமணர் அல்லாதவராக இருக்க வேண்டும் என்று நினைக் கிறோம்" என்றார் நாயுடு.

"அப்படி என்றால் நீங்கள் முதல்வராக இருங்கள். பிராமணர் அல்லாதவர், படிப்பு, அனுபவம் என்ற மூன்று அம்சங்களும் உங்களிடம் இருக்கிறது" என்று சொல்லியபடியே வரதராஜுலு நாயுடுவைப் பார்த்தார். அதிர்ச்சியடைந்தார் நாயுடு. காமராஜருக்கும் அதிர்ச்சியாக இருந்தது.

"இல்லை. காமராசரை முதல்வராக்கலாம் என்று விரும்பு கிறோம்."

சிறிது நேரம் மௌனமாக இருந்த தேவர், "காமராசர் கட்சித் தலைவராக வேண்டுமானால் இருக்கட்டும். அடியேனுக்கு ஆட்சேபனை இல்லை. ஆனால், படிப்பறிவு இல்லாதவரை இவ்வளவு பெரிய பொறுப்பில் அமர்த்துவது எனக்கு ஏற்புடைய தாகத் தெரியவில்லை" என்று காமராசர் இருக்கும்போதே கூறி விட்டுப் புறப்பட்டார் தேவர்.

ஆனால், சட்டமன்றத்தில் காமராசருக்கு ஆதரவான குரல் ஒலித்தது. காமராசருக்கு எதிராக சி.சுப்ரமணியம் போட்டியிட்டார். இதில், சி.சுப்பிரமணியம் 49 ஓட்டுகள் மட்டுமே பெற்றார். காமராசர் 93 ஓட்டுகள் பெற்று முதலமைச்சரானார்.

பின்னர் சென்னையில் நடைபெற்ற காங்கிரஸ் மாநாட்டில், சோசலிசக் கொள்கைகளை நடைமுறைப்படுத்துவது என்று

குகன் ♦ 87

காங்கிரஸ் தீர்மானித்தது. இதனால், 1955 ஆம் ஆண்டு ஃபார்வர்ட் பிளாக் கட்சிக்குள்ளே மீண்டும் கருத்து வேறுபாடுகள் எழுந்தன.

கட்சியின் தலைவராக இருந்த மோகன் சிங், ஷீல் பத்ரயாஜி ஆகியோர், "நமது கட்சியின் கொள்கையை காங்கிரஸ் ஏற்றுக் கொண்டுள்ளதால் நாம் மீண்டும் காங்கிரஸில் இணைந்து பணியாற்றலாம்" என்றார்கள்.

ஆனால், இவர்களுடைய கருத்துக்கு ஃபார்வர்ட் பிளாக் கட்சிக்குள் பெரிய ஆதரவு இல்லை. பலரும் எதிர்த்தனர். ஆனால் அதைப் பற்றிக் கவலைப்படாமல் ஃபார்வர்ட் பிளாக் கட்சி காங்கிரஸில் இணைந்து விட்டதாக அறிவித்தார்கள். அந்த அறிவிப்பால் ஃபார்வர்ட் பிளாக் கட்சிக்குள் பிளவு ஏற்பட்டது.

"பார்வர்ட் பிளாக் கட்சி உறுப்பினர்களை காங்கிரஸில் இணைத்துக்கொள்ளும் நேரு, நேதாஜியின் அரசியலையும் ஏற்றுக்கொள்கிறாரா?" என்று கேள்வி எழுப்பினார் தேவர்.

1955 மே 11 - 15 நாட்களில் நாக்பூரில் ஃபார்வர்ட் பிளாக் கட்சியின் மத்தியக் குழுக் கூட்டம் கூடியது. மோகன் சிங், ஷீல் பத்ரயாஜி மற்றும் அவர்களது ஆதரவாளர்களும் கட்சியில் இருந்து வெளியேற்றப்பட்டனர். கட்சியின் புதிய தலைவராக ஹேமந்த் குமார் போஸும், துணைத் தலைவராக பசும்பொன் முத்துராமலிங்கத் தேவரும், பொதுச்செயலாளராக ஹல்துகரும் தேர்ந்தெடுக்கப்பட்டனர்.

14 பர்மா பயணம்!

"தேவரின் அரசியல் பயணம் அதன்போக்கில் சென்றுகொண்டிருந்த சமயத்தில், அனைத்து பர்மா தமிழ் சங்கத்தினரிடம் இருந்து தேவருக்கு அழைப்பு வந்தது. உண்மையில் அது தேவரின் இரண்டாவது பர்மியப் பயணம். இந்தியா சுதந்தரம் அடைவதற்கு முன்னர் 1936 ஆம் ஆண்டில் ஒருமுறை பர்மா சென்றிருக்கிறார் தேவர்.

பர்மாவில் வாழ்ந்து வந்த தமிழர்கள், தேவரின் பெயரில் பள்ளிகளை நடத்தி வந்தார்கள். பலமுறை அழைப்பு விடுத்ததின் பெயரில் பர்மா சென்றார் தேவர்.

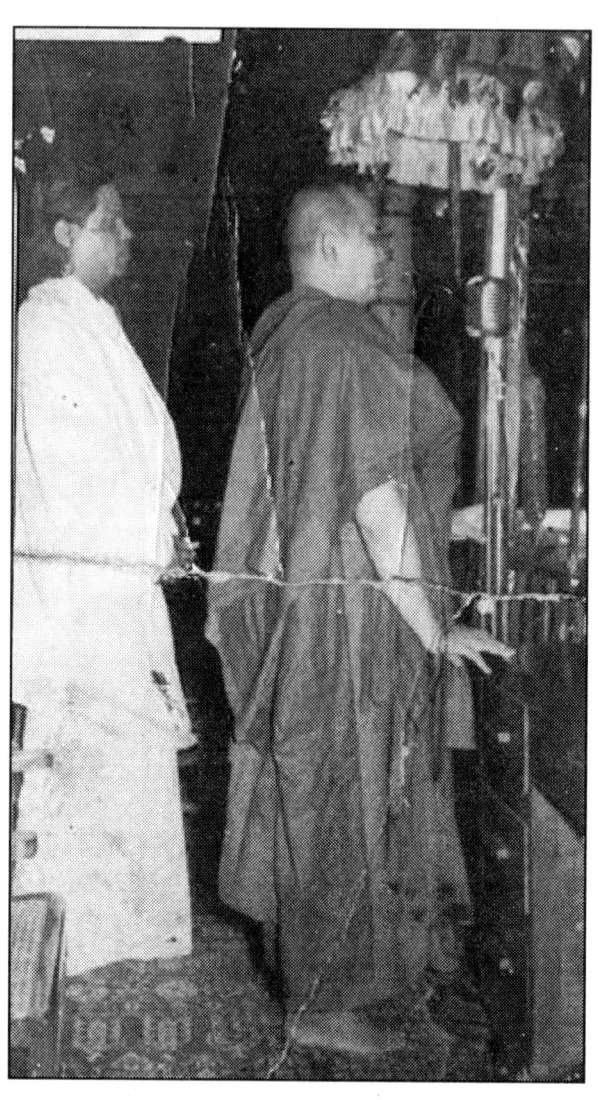

இந்திய எல்லை தாண்டி முதன்முறையாகச் சென்ற தேவர், கப்பலில் பயணம் செய்து, ரங்கூன் போய்ச் சேர்ந்தார். அன்றைய காலத்தில் ரங்கூனில் தமிழர்கள் பலர் வேலை செய்து கொண்டு இருந்தார்கள். அங்கு இருக்கும் தமிழர்களால் தேவர் கலந்துகொள்ள வேண்டிய நிகழ்ச்சிகள் ஏற்கெனவே திட்டமிடப்பட்டிருந்தன.

போஸ் சகோதரர்கள்

அன்றைய பர்மியர்களின் தலைவரான 'பாமோ' தேவருக்கு மாலை அணிவித்து வரவேற்றார். தேவருக்கு சிறப்பான வரவேற்பு வழங்கப்பட்டது. பல நிகழ்ச்சிகளில் தேவர் கலந்துகொண்டார். அனைத்து நிகழ்ச்சிகளிலும் உரையாற்றினார். அந்த உரைகள் அங்கிருந்தவர்களுக்கு புதிய அனுபவத்தைக் கொடுத்தது. சமூகம், பொருளாதாரம், அரசியல், ஆன்மீகம் என்று எதுவாக இருந்தாலும் புதிய கோணத்தில், புதிய அணுகுமுறையில் பேசினார் தேவர்.

முதல் பர்மா பயணத்தின்போது தேவர் எந்தப் பதவியிலும் இல்லை. எந்தப் பட்டமும் இல்லை. காங்கிரஸ் கட்சியின் அடிப்படை உறுப்பினர் மட்டுமே. ஆனால், அவருக்குக் கிடைத்த வரவேற்பு பர்மிய மக்களை மலைக்க வைத்தது. தேவருக்கு நடந்த மிகப்பெரிய வரவேற்பு நிகழ்ச்சியில், பர்மாவின் குடியரசுத் தலைவர் பாமோ, 'இந்து சமய புத்தமேதை' என்ற பட்டத்தை தேவருக்கு வழங்கினார்.

அவர்கள் கேட்டுக்கொண்டதால் கூட்டத்தில் இந்தியக் கொடியை ஏற்றிவைத்தார் தேவர். அப்போது தேவர் கண் கலங்கினார். ''என்ன நடந்தது ? திடீரென்று ஏன் கலக்கத்தோடு தெரிகிறீர்கள்?'' என்று தேவரைத் தனியாக அழைத்து கேட்டார் பாமோ.

''இன்று ஓர் அடிமை இந்தியனாகக் கொடியேற்றுகிறேன். சுதந்தர இந்தியாவில், சுதந்தர இந்தியனாகக் கொடி ஏற்றும் காலம் எப்போது வருமோ என்று நினைத்தேன். கலங்கிவிட்டேன்''

தேவர் கூறியதைக் கேட்டு அப்படியே தேவரைத் தழுவிக்கொண்ட பாமோ, "நீங்கள் இந்திய விடுதலையின் தீவிர வாரிசு" என்று தேவரைப் பாராட்டினார். தேவர் தன்னுடைய முதல் பர்மா பயணத்தை இரண்டு மாதங்களுக்குத் தொடர்ந்தார்.

இப்போது தேவரின் இரண்டாவது பர்மா பயணம். முதல் முறை வரும் போது அடிமை இந்தியாவின் குடிமகனாக வந்தார். இரண்டாவது முறை பயணத்தின்போது சுதந்தர இந்தியாவின் முக்கியத் தலைவர்களுள் ஒருவராக வந்திருந்தார்.

இப்போது, ஆளும் கட்சி காங்கிரஸ் உறுப்பினர் இல்லை. அவர்களுக்கு எதிராக இயங்கும் சக்தியாக இருப்பவர். முன்பு கிடைத்த வரவேற்பு இப்போது கிடைக்குமா என்று சிலர் சந்தேகப் பட்டனர். ஆனால், முன்பைக்காட்டிலும் சிறப்பான வரவேற்பு இம்முறை தேவருக்குக் கிடைத்தது.

தேவருடன் சக்திமோகன், மூக்கையா தேவர், வேலுத் தேவர் ஆகியோர் வந்திருந்தார்கள். புத்த பிட்சுக்கள் தங்கும் மண்டபம் ஒன்றில் தேவரும், அவருடன் வந்தவர்களும் பதினாறு நாட்கள் தங்கினர். அவரைப் பார்ப்பதற்கு பல ஊர்களில் இருந்தும் தமிழ் மக்கள் வந்திருந்தார்கள். ஆன்மீகக் கூட்டங்களுக்கு அழைப்பு விடுத்தார்கள்.

தேவர் பர்மாவில் இருக்கும் போது ஷான் ஸ்டேட் மன்னர் அவரை அழைத்தார். ஷான் ஸ்டேட் பர்மா, சீனா, அசாம் மூன்று எல்லைகளும் சந்திக்கக் கூடிய இடத்தில் அமைந்திருக்கும் ராஜ்ஜியமாக இருந்தது. மன்னரின் அழைப்பை ஏற்றுக்கொண்ட தேவர், அவரைப் பார்க்கத் தனியாகச் சென்றார்.

ரங்கூன் நகரில் முக்கியமான பகுதியான காந்தம் பகுதியில் ஒரு மாபெரும் மைதானத்தில் பொதுக்கூட்டம் ஒன்றுக்கு ஏற்பாடு செய்யப்பட்டது. அதில், தேவரை "வங்கத்தின் புதல்வர்கள்" என்ற தலைப்பில் உரையாற்ற அழைத்தனர். நேதாஜி, ராமகிருஷ்ண பரமஹம்சர், விவேகானந்தர் ஆகியோரைப் பற்றி சிறப்பான உரையை நிகழ்த்தினார் தேவர். கூடியிருந்த மக்கள் மிகுந்த ஆர்வத்துடன் தேவரின் உரையைக் கேட்டனர்.

அப்போதைய பர்மா அதிபரை சந்தித்து, அவருக்கு திருக்குறள் புத்தகத்தைப் பரிசாகக் கொடுத்தார் தேவர். பர்மா பயணத்தை முடித்துக்கொண்டு இந்தியா திரும்புவதற்கு முன்னால் பர்மா வாழ் தமிழர்களிடம் ஒரே ஒரு கோரிக்கையை வைத்தார்.

''பர்மா நாட்டு மக்களோடு மக்களாக வாழப் பழகிக்கொள்ளுங்கள். இல்லையென்றால், எதிர்காலத்தில் பல இன்னல்களுக்கு நீங்கள் ஆளாக வேண்டி வரும். இங்கே வாழ்ந்துகொண்டு, இந்த நாட்டுக்கு விரோதமாக எதையும் செய்யாதீர்கள்.''

பர்மாவில் இருந்து இந்தியா திரும்பியதும் கல்கத்தாவில் ஒரு பேட்டி கொடுத்தார் தேவர். பிப்ரவரி 22, 1956 தேவர் கொடுத்த பேட்டி மத்திய காங்கிரஸ் ஆட்சியை ஆட்டி வைக்கும் அளவுக்கு இருந்தது.

''1941ல் நேதாஜி இந்தியாவை விட்டுச் சென்றது முதல் இன்று வரை எனக்கும் அவருக்கும் தொடர்பு இருந்து கொண்டிருக்கிறது. 1945ல் இம்பால் முனையில் தனது போராட்டத்தைத் தாற்காலிகமாக நிறுத்தி விட்டு, முதலில் பாங்காங் சென்று, பிறகு அங்கிருந்து மலேயா போய், அதன்பிறகு அங்கிருந்து பார்மோசாவுக்குப் போனார்.

முடிவில் 1945 ஆகஸ்டு கடைசி வாரத்தில் மஞ்சூரியா போய் சேர்ந்தார். அங்கு சீனா, ரஷ்யா, ஜப்பானிய நண்பர்களுடன் சேர்ந்து ஆசிய விடுதலைச் சேனையை நிர்மாணித்தார். 1950ல் நேதாஜி, பீஜிங் சென்று சீனா, ரஷ்யா கம்யூனிஸ்ட்டுகளுடன் ஒப்பந்த ரீதியில் நட்புறவு கொண்டார். அவரது சகோதரர் சரத்சந்திர போஸுக்கும் என்னைப் போலவே நேதாஜியுடன் தொடர்பு இருந்தது.

சரத் சந்திர போஸின் அழைப்பின் மீது 1949 டிசம்பர் 17ம் நாள் நான் இந்தியாவைக் கடந்து வெளிநாடு சென்று, பத்து மாதங்கள் வரை தங்கியிருந்தேன்.

அந்தக் காலத்தில் நேதாஜியைச் சந்தித்து, இந்திய அரசியல் குறித்து விவாதம் புரிந்தேன். நேதாஜியின் இருப்பிடம் குறித்து 1951ல் நான் மதுரைப் பொதுக் கூட்டத்தில் பேசுகிறபோதே தெரி வித்திருக்கிறேன். இந்திய அரசாங்கத்துக்கு இதுவெல்லாம் தெரியும்.

ஆனால், சர்வதேச நிலைமை ஆங்கிலோ, அமெரிக்கச் செல்வாக்கிலிருந்து பிரியவில்லை. உலகில் முற்போக்கு சக்திகள் பேரிடைஞ்சலைச் சமாளிக்கும் கட்டத்தில் நிற்கின்றன. இவை எல்லாம் சேர்ந்து நேதாஜி இந்தியாவுக்கு வரவேண்டிய காலத்தைத் தள்ளிப்போட்டுக் கொண்டிருக்கின்றன.

மூன்றாவது உலக யுத்தத்திற்கான சூழ்நிலை அழுத்தமாகிக் கொண்டிருப்பதால், அதன்மூலம் ஆங்கிலோ அமெரிக்க பிடிப்பற்ற பரிபூரண சுதந்திர இந்தியாவை உருவாக்கும் ஒரு வாய்ப்பு ஏற்படும் என்பது நேதாஜியின் கருத்து. அதற்காகவே காத்திருக்கிறார்.

நான் பர்மா இந்தியர்களின் அழைப்பின் மீது அங்கு சென்ற இரண்டு மாதங்கள் சுற்றுப்பயணம் செய்தேன்.

அப்போது நேதாஜியோடு எனக்கு இருந்த தொடர்பை புதுப்பித்துக் கொள்ள ஒரு வாய்ப்பு கிடைத்தது.

அஸ்ஸாம் மாகாணத்தையும், பர்மாவில் உள்ள சமஸ்தானத்தையும் ஒட்டி இருக்கிற சீன மாகாணத்தை சேர்ந்த சிக்காங்கில் நேதாஜி தற்போது இருக்கிறார்."

(முடிசூடா மன்னர் பசும்பொன் முத்துராமலிங்கத் தேவர்
- ஏ.ஆர்.பெருமாள் (பக்.148)

16. ஆன்மீகமும் ஆங்கிலமும்!

"தேவர் பர்மாவிலிருந்து திரும்பி வந்த புதிதில், சிவகங்கையில் நடந்த விருந்தில் கலந்துகொண்டார். பின்னர் அங்கிருந்தவர்கள் அனைவரும் தேவருடன் உரையாடிக் கொண்டிருந்தார்கள். அந்தக் கூட்டத்தில் பாப்பாத்துரைத் தேவர் என்பவரும் கலந்துகொண்டார். அப்போது, அவர் கல்லூரி மாணவர். நேருவின் அபிமானி. நேரு எழுதிய 'டிஸ்கவரி ஆப் இந்தியா'வும், 'கிளிம்ப்ஸஸ் ஆப் வேர்ல்ட் ஹிஸ்டரி'யும் அவருக்குள் பெரும் தாக்கத்தை ஏற்படுத்தியிருந்தன. பிற்காலத்தில் அவர் ஒரு வரலாற்று ஆய்வாளராக மாறியதற்கு நேருவின் புத்தகங்களே காரணமாக இருந்தன.

அந்த விருந்தில் தேவர் நேருவையும், காங்கிரஸ் கட்சியையும் கடுமையாக விமரிசித்துப் பேசினார். அதை அங்குக் கூடியிருந்த காங்கிரஸ்காரர்களே மறுப்பு தெரிவிக்காமல் கேட்டுக் கொண்டிருந்தார்கள்.

அப்போது பாப்பாத்துரை எழுந்து தேவரிடம் குறுக்குக் கேள்விகள் கேட்க ஆரம்பித்தார். மற்றவர்கள் எல்லாம் அவரை முறைத்தபடி இருந்தனர். இளங்கன்று பயமறியாது என்பதை உணர்த்தும் விதமாக பாப்பாத்துரை பல கேள்வி கேட்கவே, அங்கிருந்தவர்கள் அதிர்ந்து போனார்கள். ஆனால், தேவர் அமைதியாக ஒவ்வொரு கேள்விக்கும் பதில் சொன்னார்.

ஒருகட்டத்தில் கிருஷ்ண பரமாத்மாவைக் குறிப்பிட்டுப் பேச வேண்டிய நிலை ஏற்பட்டபோது தேவரின் முகத்தில் கோபத்தின் சாயல் படர ஆரம்பித்தது.

''இப்படியெல்லாம் நுனிப்புல் மேய்ந்து விட்டு என்னிடம் கேள்விக் கேட்கக்கூடாது' என்று பதில் சொன்னார் தேவர். அருகில் இருந்த நண்பர் ஒருவர் சைகை காட்டி பாப்பாத்துரையை மேலும் பேச வேண்டாம் கூறினார். அதனைத் தொடர்ந்து பாப்பாதுரை அமைதியாகிவிட்டார்.

அரசியல் ரீதியாக எவ்வித விமரிசனங்களுக்கும் தேவர் பதிலளிப்பார். ஆன்மீக கேள்விகளுக்கும் பதில் அளிப்பார். ஆனால், கடவுளைக் குறைப்படுத்திப் பேசினால், தேவரால் அவற்றை ஏற்றுக்கொள்ள முடியாது.

விருந்து நிகழ்ச்சி முடிந்து மதுரை திரும்பும்போது பாப்பாத்துரையை அருகில் அழைத்தார் தேவர்.

''நான் சென்னை வரும்பொழுது பழைய ஹாஸ்டலில் ரூம் நம்பர் 60ல் தங்குவேன். அப்போது வந்து பாருங்கள்'' என்று சொல்லிச் சென்றார்.

அன்று முதல் தேவரைச் சென்னையில் சந்திப்பது பாப்பாதுரைக்கு வழக்கமாகிவிட்டது. ஒருமுறை தேவர் அரசியல் கூட்டமொன்றிற்குச் செல்லத் தயாராகிக் கொண்டிருந்தார். தானும் உடன்வர விரும்புவதை அவரிடம் தெரிவித்தார் பாப்பாதுரை. அதற்கு, தேவர், 'வேண்டுமானால் ஆன்மீகக் கூட்டங்களுக்கு வா. நான் பேசும் அரசியல் கூட்டங்களுக்கு வேண்டாம்'' என்று தடுத்துவிட்டார்.

மாணவர்களுக்கு அரசியல் பற்றித் தெரிந்திருக்க வேண்டும். ஆனால் அதில் அவர்கள் நேரடியாக ஈடுபடக் கூடாது. அது அவர்கள்

இராமலிங்க அடிகள்

கல்வியில் செலுத்த வேண்டிய கவனத்தைத் திசை திருப்பிவிடும் என்பது தேவரின் கருத்து.

தேவர் தனது வாழ்க்கையில் தேசியத்தையும் தெய்வீகத்தையும் இரு விழிகளாக எண்ணியவர். அந்த இரண்டு கொள்கைகளையும் மேடைதோறும் முழங்கியவர். ஒரு சிலர் ஆன்மீக நிகழ்ச்சியில் தேவரை அழைப்பதற்கு தயக்கம் காட்டுவார்கள்.

ஆனால், தேவர் ஆன்மீக நிகழ்ச்சியில் பேசும்போது கொஞ்சமும் அரசியல் கலக்கமாட்டார். மேடை நாகரிகத்தை மேன்மையுடன் பயன்படுத்தியவர் தேவர். வள்ளுவர், தாயுமானவர், அப்பர், வள்ளலார், பாரதி, உலக அரசியல் என்று அனைத்து துறை சார்ந்தும் பேசக்கூடிய வல்லமை பெற்றவர் தேவர்.

வள்ளலார் பாடல்களுக்கு வந்த சோதனை

வடலூரில் ஆண்டுதோறும் தைப்பூசத் திருவிழா நடப்பது வழக்கம். அப்படியொரு திருவிழாவின்போது வள்ளலாரின் அருட்பா பற்றிப் பேசுவதற்காக வந்திருந்தார். அப்போது அவருக்கு அருகில் காங்கிரஸ் தலைவர்களுள் ஒருவரான ஓமந்தூர் இராமசாமி ரெட்டியார் அமர்ந்திருந்தார்.

சர்.சி.பி.ராமசாமி அய்யர்

அப்போது, அவர் மெதுவாகத் தேவரின் காதில் ஒரு செய்தியைச் சொன்னார். அதைக்கேட்டு தேவரின் முகம் மாறியது. சிறிது நேரம் அமைதியாக இருந்தார். அப்போது தேவர் என்ன சொல்லப்போகிறாரோ என்று அவரையே பார்த்துக் கொண்டிருந்தார் ஓமந்தூரரார். தேவரின் தலைமட்டும் மேலும் கீழும் அசைந்தது. 'நான் பார்த்துக் கொள்கிறேன்' என்று தேவரின் தலையாட்டலுக்குப் பொருள் புரிந்துகொண்டு ரெட்டியார் மகிழ்ந்தார்.

அனைவரும் தேவரின் முழக்கத்துக்காகக் காத்திருந்தனர். சுமார் ஒரு மணிநேரத்துக்கு வள்ளலாரின் அருட்பாவில் தேவர் மூழ்கி முத்தெடுத்தார். பேசுகின்ற தேவருக்கும் அலுப்புத் தட்டவில்லை. அந்த உரையைக் கேட்பவர்களுக்கும் திகட்டவில்லை. இறுதியில் ஓமந்தூர் இராமசாமி ரெட்டியாரைத் திரும்பிப் பார்த்து விட்டு, ஒரு தகவலைக் கூறினார் தேவர்.

''இராமலிங்க அடிகளார் அவர்களால் பாடப்பட்டு, இதுவரை அச்சுக்கு வராமல் உள்ள ஏட்டுச்சுவடியில் ஒன்பது பாடல்கள் இருப்பதாகவும், அந்தச் சுவடிகளை இராமலிங்க அடிகளாரின் உறவினர் ஒருவர் வைத்துக்கொண்டு, அவற்றை மடத்துக்குத் தர மறுப்பதாகவும் ஓமந்தூரரார் அவர்கள் என்னிடத்தில் கூறினார்.

அடிகளாரின் உறவினருக்கு இந்தக் கூட்டத்தின் வாயிலாகச் சொல்கிறேன். அந்தச் சுவடியை மடத்துக்குத் தந்து, மக்களுக்குப் பயன்படும்படி செய்யுங்கள் அல்லது தாங்களே நூலாக வெளியிடுங்கள். இரண்டையும் செய்யாமல் தாங்கள் பிடிவாதமாக இருந்தால், பாடல் அழிந்துவிடும் என்று நினைக்காதீர். இதுவரை உலகத்துக்குத் தெரியாமல் நீங்கள் ஒளித்து வைத்திருந்த அந்த ஒன்பது பாடல்களையும் அடியேன் பாடுகிறேன்'' என்று சொல்லி ஒவ்வொரு பாடலையும் தேவர் பாடினார்.

தேவர் பாடலைப் பாடப்பாட, கூட்டத்தினரின் முகத்தில் ஆனந்தக் களிப்பு. ஒவ்வொரு பாடல் முடிவிலும் அரங்கத்தில் இருப்பவர்கள் கர ஒலி எழுப்பினர். கொஞ்ச நேரத்தில் கூட்டத்தில் இருந்து ஒருவர் சில ஏடுகளை எடுத்து வந்து தேவர் காலில்

போட்டு தேவரிடம் மன்னிப்புக் கேட்டார். அவர், ராமலிங்க அடிகளாரின் உறவினர். தான் செய்த தவறை ஒத்துக்கொண்டு, தேவரிடம் ஏடுகளை ஒப்படைத்தார். ஓமந்தூரார் முகத்தில் மகிழ்ச்சி பெருகியது.

''ஐயா தாங்கள் தேவரல்ல, இராமலிங்க அடிகள்'' என்று ஓமந்தூரார் கூற, கூடியிருந்த கூட்டத்தினர் பலத்த கரவொலி எழுப்பினர்.

தேவர் கடவுள் மீது அதிக ஈடுபாடு கொண்டவர். பழனி முருகன் கோவிலுக்கு அடிக்கடி செல்வார். முருகனை மெய்மறந்து வழிபடுவார். முருகன் முன்னால் நின்று திருப்புகழ்ப் பாடல்களை நெஞ்சுருகப் பாடுவார். விசேஷ காலங்கள் மட்டுமில்லாமல் எல்லா காலங்களிலும் முருகனை வந்து வணங்கிச் செல்வார்.

தேவர் தனது நெற்றியில் எப்போதும் திருநீற்றை அள்ளிப் பூசியிருப்பார். கந்தசஷ்டி விழாவின் போது ஒவ்வொரு படை வீட்டிலும் தலா ஒருநாள் பிரசங்கம் செய்வார். அவ்வப்போது, சுவாமிமலை, பழனி மலை, திருச்செந்தூர் முதலிய இடங்களுக்கும் சென்று பேசுவார்.

மற்ற ஆன்மீகவாதிகளே வியக்கும் அளவிற்கு தேவரிடம் ஒரு விஷயம் இருந்தது. அது, ஒருநாள் பேசிய பிரசங்கத்தை அடுத்த நாள் பேசமாட்டார்.

தேவருக்கு ஆன்மீகப் பிரசங்கம் மட்டுமல்ல, ஆங்கிலப் பிரசங்கமும் நன்றாக வரும். அவர் படித்தது அந்தக் காலத்து ஆறாம் படிவம்தான். அதேசமயம், அவருக்கு அனுபவ அறிவு அதிகம். பல புத்தகங்களைப் படிப்பார். அவற்றின் மூலம் தனது ஆங்கிலத் திறனை வளர்த்துக்கொண்டார்.

ஒரு முறை ''நவ இந்தியா'' பத்திரிகையில், தேவருக்கு ஆங்கிலத்தில் பேசவராது என்ற ரீதியில் ஒரு செய்தி வந்தது. இந்தச் செய்தியைப் படித்த தேவர் கோபப்படாமல் சிரித்தார். அன்று நடந்த கூட்டத்தில் உலக அரசியலைப் பற்றிப் பேசத் தொடங்கிய தேவர், கிட்டத்தட்ட முக்கால் மணி நேரத்துக்கு மேல் ஆங்கிலத்திலேயே உரையாற்றினார். கூட்டத்துக்கு வந்தவர்கள், 'சுத்தமான பேராசிரியர்கள்கூட இப்படிப் பேச முடியுமா?' என்று வியந்தனர்.

தேவர் ஆங்கிலத்தில் உரையாற்றிய இன்னொரு சம்பவமும் உண்டு. அது 1954ஆம் ஆண்டு. காசி இந்து சர்வ கலா சாலையில் உரையாற்றுவதற்காக தேவர் அழைக்கப்பட்டிருந்தார்.

அந்தக் கூட்டத்துக்கு சர்.சி.பி.ராமசாமி அய்யர் தலைமை தாங்கினார். தேவர் உரையாற்றக் கொடுக்கப்பட்ட தலைப்பு 'இந்து மதம்'. தேவர் இந்து மதத்தின் மகத்துவத்தையும், பெருமைகளையும் எடுத்துச்சொல்லி, மாணவர்களிடையே சொற்பொழிவைத் தொடங்கினார். கிட்டத்தட்ட மூன்று மணி நேரம் ஆங்கிலத்தில் உரையாற்றினார். மாணவர்கள் ஆர்வத்தோடு அமைதியாகவும் பொறுமையாகவும் கேட்டார்கள்.

தேவர் பேசி முடித்ததும் பலத்த கைதட்டல்கள் ஒலித்தன. இறுதியாக, முடிவுரையாற்ற சர் சி.பி.ராமசாமி அய்யர் மேடைக்கு அழைக்கப்பட்டார். மேடைக்கு வந்த அவர், "என் போன்ற சிலரால் மட்டும் தான் ஆங்கிலேயர்களுக்குச் சமமாக ஆங்கிலத்தில் உரையாற்ற முடியும் என்று நினைத்திருந்தேன். தேவர் பேச்சைக் கேட்டபிறகு, என் கருத்து தவறு என்கிற முடிவுக்கு வந்துவிட்டேன். ஆங்கிலேயர்களே திகைத்துப் போகும் அளவுக்கு ஆங்கிலத்தில் உரையாற்றிய தேவரைப் பார்த்து ஆச்சரியப்படுகிறேன், பொறாமைப் படுகிறேன். இப்பேர்ப்பட்ட ஆங்கிலப் புலமை படைத்தவரை இவ்வளவு காலம் தெரிந்து கொள்ளாததற்காக வருத்தப்படுகிறேன்."

மேலும், "ஆங்கிலம், உலகத்தை ஆண்டது. ஆனால், தேவர் ஆங்கிலத்தை மூன்று மணி நேரம் அடக்கி ஆண்டார்" என்று அவர் சொன்னபோது அரங்கம் அதிரும் அளவுக்குக் கைதட்டல் பெருகியது.

நிகழ்ச்சி முடிந்ததும் மாணவர்கள் கலந்துரையாடினர். சில மாணவர்கள் தேவரிடம் ஆட்டோகிராப் கேட்டார்கள். அதில், அவர்களுக்குக் கையெழுத்துப் போடுவதற்கு முன் தேவர் இப்படி எழுதினார்: "அரசியலில் நேதாஜியையும் ஆன்மீகத்தில் விவேகானந்தரையும் பின்பற்றுங்கள்!"

1956-ம் ஜூன் மாதம். பாண்டித்துரைத் தேவர் அவர்களால் நிர்மாணிக்கப்பட்ட மதுரை தமிழ்ச் சங்கத்தின் பொன்விழாக் கொண்டாட்டத்தை ஒரு வாரத்துக்கு நடத்த ஏற்பாடு செய்திருந்தார்கள். புலவர்கள், அறிஞர்கள், தமிழ்கூறும் நல்லறிஞர்கள், தமிழ் வித்தகர்கள் என்று பலர் கலந்து கொண்டு தேமதுரத் தமிழ் முழக்கம் செய்தனர்.

பொன்விழாவில் பல நிகழ்ச்சிகள் நடந்தன. ஒரு நிகழ்ச்சியில் சேலம் மாவட்டத்தைச் சேர்ந்த பள்ளி ஆசிரியர் ஒருவர், தனது பத்து வயது நிரம்பிய பெண் குழந்தை மணிமேகலை ஒரு பிரசங்கத்தைச் சொல்ல விருப்பப்பட்டார். அந்தச் சிறுமியும் பத்து நிமிடங்களில்

சி.என்.அண்ணாதுரை

பேசுகின்ற அளவுக்கு பிரசங்கத்தை மனப்பாடமாகச் சொல்லிக் காட்டினாள். அந்தச் சிறுமி சொன்னது பார்வையாளர்களுக்கு ஒப்பிப்பது போல் இருந்தது.

சிறுமி என்பதால் அதை யாரும் பெரிதாக எடுத்துக் கொள்ள வில்லை. அந்த வயதில் ஒரு மேடையில் பத்து நிமிடம் பிரசங்கம் செய்வது பெரிய விஷயம் என்று அந்தச் சிறுமியை பலர் பாராட்டினர். ஒப்பித்ததாக இருந்தாலும் அந்தக் குழந்தையின் பேச்சு நன்றாகவே இருந்தது.

அந்தச் சிறுமியைத் தொடர்ந்து சி.என். அண்ணாதுரை பேசி னார். உண்மையில் அந்த நிகழ்ச்சியில் அவர் பேசுவதாக இல்லை. நீதிக்கட்சித் தலைவர்களுள் ஒருவரான பி.டி. இராசன், 'மேடைப் பிரசங்கம்' என்னும் தலைப்பில் பேசுவதாக இருந்தது. பின்னர் அவருக்குப் பதிலாக அண்ணாதுரை பேச ஏற்பாடு செய்யப்பட்டது.

அவர் பேச ஆரம்பித்த உடனேயே சேலத்து ஆசிரியரின் குழந்தையைப் பாராட்டத் தொடங்கினார். மனப்பாட பிரசங்கத்தைப் புகழ்ந்து, ''பழைய காலமாக இருந்தால் இந்தக்குழந்தையை திருஞானசம்பந்தருக்கு ஈடாகத் தெய்வ அருள் பெற்றுப் பேசியதாகக் காட்டி விடுவார்கள்'' என்று பாராட்டினார்.

பின்னர் பேசிய பி.டி. ராஜன், ''கருஞ்சட்டைக்காரர்களிடம் எனக்கு நம்பிக்கையுண்டு. கடவுள் நம்பிக்கை இல்லை என்று சொல்வதற்காக அவர்கள் யோக்கியமற்றவர்கள் என்று கூறிவிட முடியாது'' என்றார்.

அண்ணாவின் பேச்சுக்கு பி.டி. ராஜன் ஆதரவளிப்பது போல் இருந்தது. ஆனால், அங்கு கூடியிருந்தவர்கள் சமயக் குரவர்களின் முதல்வராகிய ஞானசம்பந்தரின் அவதாரப் பெருமையைக் கேலி செய்து அண்ணா பேசியதாகச் சொன்னார்கள். ஞானசம்பந்தர் பதினாறாயிரம் தேவாரப் பாடலைப் பாடியதாக சரித்திரம் கூறுகிறது. பால்மணம் மாறாத வயது முதல் பாடத் தொடங்கி, பதினாறு வயது பூர்த்தி ஆகும் வரை பாடியதாகவும் சொல்லப்படுகிறது. அப்படிப்பட்ட திருஞானசம்பந்தரை சிறுமியோடு ஒப்பிட்டுப் பேசி, ஞானசம்பந்தர் தெய்வ அருள் பெற்று, தேவாரம் பாடியது பொய் என்று பொருள்படும்படி அண்ணாதுரை கூறியதாகப் பலரும் பேசினர். அந்தப் பேச்சுகள் எல்லாம் தேவருக்கும் ஆத்திரத்தை உண்டாக்கின.

நாத்திகம் பேசப்படாமல் ஒழுங்காக நடந்து வந்த விழாவில், அன்று முதன்முதலாக தெய்வீகக் கொள்கையை அண்ணா தாக்கியதால் சலசலப்புடன் கூட்டம் முடிந்தது. அடுத்த நாள் அண்ணாவின் பேச்சை தேவர் கண்டித்தார். மேலும், அண்ணாதுரையின் பேச்சுக்கு ஆதரவளித்த பி.டி. ராஜனையும் விமரிசித்தார் தேவர்.

"தெய்வத்தை ஒழிக்க வேண்டும் என்ற பேச்சை தெய்வ வீட்டில் பேசக் கூடாது. வெளியில் பேச வையுங்கள்" என்று கூறினார்.

(1952 பசும்பொன் தேவரின் அரசியல் முழக்கம்
- க.பூபதி ராஜா. பக்.56-63)

17. தேவர் Vs இமானுவேல்சேகரன்

"1957ஆம் ஆண்டு தேர்தல் களம். இதுவரை சட்டமன்றத்தில் காங்கிரஸ் கட்சி அதிக இடங்களைப் பெற்றிருந்தது. ஆனால், தென் தமிழகத்தில் தேவருக்குத்தான் அதிக மதிப்பும் மரியாதையும் இருந்தது. தேவரின் ஆதரவில்லாமல் எவரும் வெற்றி பெற முடியாது என்ற சூழ்நிலைதான் அங்கே ஒவ்வொரு காலகட்டத்திலும் இருந்தது.

அத்தகைய சூழலில் அருப்புக்கோட்டை நாடாளுமன்றத் தொகுதியில் சில மாற்றங்களைச் செய்து, திருவில்லிபுத்தூர் என்ற புதிய தொகுதியை உருவாக்கியிருந்தனர். தேவரைத் தோல்வியடையச் செய்வதற்காக தொகுதியின் எல்லைகள் மாற்றி அமைக்கப்பட்டுள்ளன என்ற குற்றச்சாட்டை தேவரின் ஆதரவாளர்கள் எழுப்பினர். ஆனால் தேவரோ, ''தொகுதியின் எல்லையைத்தான் மாற்ற முடியும். மக்கள் மனத்தை ஒருபோதும் அவர்களால் மாற்றவே முடியாது'' என்றார்.

அப்போது சட்டமன்றத் தேர்தலும், நாடாளுமன்றத் தேர்தலும் ஒன்றாக நடத்தப்படுவதுதான் வழக்கம். அதற்குத் திட்டமிட்டிருந்தனர். தேவர்

திருவில்லிபுத்தூர் நாடாளுமன்றத் தொகுதியிலும், முதுகுளத்தூர் சட்டமன்றத் தொகுதியிலும் ஃபார்வர்ட் பிளாக் கட்சி வேட்பாளராகப் போட்டியிட்டார். அந்தச் சமயத்தில் காங்கிரஸ்காரர்களே காங்கிரஸ் கட்சியின் மீதும், காமராசர் மீதும் அதிருப்தியில் இருந்தனர். பலர் காங்கிரஸில் இருந்து விலகியிருந்தனர். அப்போது, தி.மு.க ஆரம்ப நிலையில் இருந்தது. காமராசருக்கு எதிராக நின்று போட்டிப் போடக் கூடிய நிலையில் இருந்தவர் ராஜாஜி மட்டுமே.

காங்கிரஸ் கட்சியில் இருந்து வெளியேறியவர்கள் ராஜாஜியை சந்தித்தனர்.

"நாங்கள் காங்கிரஸ் கட்சியில் இருந்து விலகிவிட்டோம். காமராசரை எதிர்த்து நிற்கவும் முடிவு செய்திருக்கிறோம். அதற்கு தாங்கள் ஆதரவு தெரிவிக்க வேண்டும்" என்றனர்.

ராஜாஜி தயங்கியபடியே, "காங்கிரஸ் கட்சியை என்னால் நேரடியாக எதிர்க்க முடியாது" என்று மறுத்துவிட்டார்.

வந்தவர்களுக்குச் சங்கடமாக இருந்தது. காமராசர் தன்னுடைய பதவியைப் பறித்தவர். அதனால், ராஜாஜி காமராசரை கண்டிப்பாக எதிர்த்து நிற்பார் என்று நம்பினர். இப்படி மறுப்பார் என்று அவர்கள் எதிர்பார்க்கவில்லை. என்றாலும், வந்தவர்கள் விடாமல் வற்புறுத்தினர். பிறகு, ராஜாஜி ஒரு யோசனை கூறினார்.

"காமராசரையும் காங்கிரஸையும் எதிர்க்க ஒருவரால் மட்டுமே முடியும். அவர் தலைமையேற்கச் சம்மதித்தால் காங்கிரஸை எதிர்த்து நிற்கலாம்" என்றார். "யார் அவர்?" என்று வந்தவர்கள் கேட்க, "முத்துராமலிங்க தேவர்" என்று பதிலளித்தார் ராஜாஜி.

"அவரைப் போய்ப் பாருங்கள். அதன்பிறகு காங்கிரஸை எதிர்ப்பதா அல்லது கட்சிக்குள் இருந்தே காமராசரை எதிர்ப்பதா என்பதைப் பற்றி முடிவு செய்வோம்" என்றார் ராஜாஜி.

காமராசர் எதிர்ப்பாளர்கள் மதுரைக்குச் சென்று தேவரைப் பார்த்தார்கள். காமராசர் மீது இருக்கும் கோபம், ஆதங்கம், வருத்தம் எல்லாவற்றையும் கொட்டித் தீர்த்தனர். அவர்கள் சொல்வதை யெல்லாம் உன்னிப்பாகக் கவனித்துக் கேட்டுக்கொண்டார் தேவர். "உங்கள் ஆதங்கம் எனக்குப் புரிகிறது. ஆனால், என் முடிவைச் சொல்ல கொஞ்ச கால அவகாசம் வேண்டும்."

எங்கு தேவர் மறுத்துவிடுவாரோ என்ற பயம் காமராசர் அதிருப்தியாளர்களுக்கு உருவானது.

"தேவர்வாள்! உங்களைத்தான் மலைபோல் நம்பி வந்திருக்கோம்."

''நான் என் முடிவை எடுக்கிறதுக்கு முன்னாடி ராஜாஜிகிட்ட பேசணும். அப்புறம் அடுத்தது என்ன செய்யலாம்னு பார்ப்போம்'' என்றார்.

காமராசர் அதிருப்தியாளர்களுக்கு கொஞ்சம் ஏமாற்றமாகவே இருந்தது. இருப்பினும், காமராசரை எதிர்க்க வேண்டும் என்றால் ராஜாஜி, தேவர் இருவரும் சேர்ந்து நல்ல முடிவை எடுக்க கடவுளை வேண்டுவதைத் தவிர வேறு வழி அவர்களுக்கு இல்லை.

இது அரசியல். இப்போது காமராசரை எதிர்ப்பது என்பது காங்கிரஸை எதிர்ப்பது. வந்தவர்களுக்காக, எடுத்தோம் கவிழ்த்தோம் என்ற முடிவெடுக்க முடியாது என்று நிதானம் காட்டினார் தேவர்.

மறுநாள் ராஜாஜியைச் சந்திக்க சென்னை வந்தார் தேவர். இருவரும் தனியாக நீண்ட நேரம் பேசினர். பின்னர் இருவரும் சிரித்தபடியே வெளியே வந்தனர். தேவரை வாசல் வரை வந்து வழியனுப்பினார் ராஜாஜி.

பின்னர் காங்கிரஸ் எதிர்ப்பு அணிக்கு ஆதரவளிப்பதாக அறிவித்தார் தேவர். இருபெரும் தலைவர்களின் ஆதரவோடு காங்கிரஸ் சீர்திருத்தக் கட்சி என்பதை CRC என்று சுருக்கி, அதை காங்கிரஸ் கொடியில் பொறித்து தேர்தலில் போட்டியிட்டனர். 80 சட்டமன்றத் தொகுதிகளிலும், சில நாடாளுமன்றத் தொகுதிகளிலும் போட்டியிட்டனர். திமுக முதன்முறையாகப் போட்டியிட்டதும் இந்தத் தேர்தலின்போதுதான்.

காமராசர் காங்கிரஸ் வேட்பாளராக சாத்தூர் சட்டமன்றத் தொகுதியில் போட்டியிட்டார். அவரை எதிர்த்து ஜெய்ராம் ரெட்டியார் என்பவரை நிற்க வைத்தார் தேவர். காமராசருக்கு ஆதரவாக பல காங்கிரஸ் தலைவர்கள் பிரசாரத்தில் இறங்கினர். பல வாகனங்கள் பயன்படுத்தப்பட்டன. ஆனால், மழையினால் நிகழ்ச்சிகள் தடைபட்டாலும் காமராசரின் முந்தைய சாதனைகள் அவருக்கு உதவியாக இருந்தன.

திட்டமிட்டபடி ஜெய்ராம் ரெட்டியாருக்கு ஆதரவாக தேவரால் பிரசாரம் செய்ய முடியவில்லை. காரணம், அப்போது உருவாகியிருந்த பெருமழை. எல்லாம் சேர்த்து தேர்தல் முடிவு காமராசருக்கு ஆதரவாக அமைந்தது. மூவாயிரம் வாக்குகள் வித்தியாசத்தில் சாத்தூர் தொகுதியில் காமராசர் வென்றார்.

80 தொகுதியில் போட்டியிட்ட சி.ஆர்.சி கட்சி 26 இடங்களில் வெற்றி பெற்றது. முதன்முறையாகப் போட்டியிட்ட தி.மு.க 15 இடங்களில் வெற்றிபெற்று சட்டமன்றத்துக்குள் நுழைந்தது.

204 இடங்கள் கொண்ட சென்னை மாகாணத்தில் 151 இடங்களில் வெற்றி பெற்று காமராசர் மீண்டும் தமிழக முதலமைச்சரானார்.

தேவர் தான் போட்டியிட்ட முதுகுளத்தூர் சட்டமன்றத் தொகுதியிலும், திருவில்லிபுத்தூர் நாடாளுமன்றத் தொகுதியிலும் வெற்றிபெற்றார். நாடாளுமன்ற உறுப்பினர் பதவியை ராஜினாமா செய்துவிட்டு, சட்டமன்றத்துக்குப் போவார் என்று எதிர்பார்த்தவர்களுக்கு ஏமாற்றத்தை அளித்தார் தேவர்.

முதுகுளத்தூர் சட்டமன்ற உறுப்பினர் பதவியை ராஜினாமா செய்த அவர், திருவில்லிபுத்தூர் மக்களவை உறுப்பினராகச் செயல்படத் தொடங்கினார். இதனால், முதுகுளத்தூர் சட்டமன்றத் தொகுதிக்கு இடைத்தேர்தல் நடந்தது. தேவர் தன்னுடைய ஃபார்வர்ட் பிளாக் கட்சி சார்பாக சசிவர்ணத் தேவரை தேர்தல் களத்தில் நிறுத்தினார். காங்கிரஸ் சார்பில் மாயனேரி பாஸ்கரன் அகம்படியார் போட்டியிட்டார். இந்தத் தேர்தலில் தேவரின் ஆதரவு பெற்ற சசிவர்ணத் தேவர் 28,000 வாக்குகள் வித்தியாசத்தில் வெற்றி பெற்றார்.

முதுகுளத்தூர் இடைத்தேர்தலைப் பற்றிப் பார்ப்பதற்கு முன்னால் இமானுவேல் சேகரனைப் பற்றி தெரிந்து கொள்வது அவசியம்.

இம்மானுவேல் சேகரன் ராமநாதபுரம் மாவட்டம் பரமக்குடி அருகில் உள்ள செல்லூரில் 1924 அக்டோபர் 9 அன்று வேதநாயகம், ஞானசுந்தரி தம்பதியினருக்கு மூத்த மகனாகப் பிறந்தார். அவரது தந்தை கூலித் தொழிலாளி. விடுதலைப் போராட்ட வீரர். தாயார் ஞானசுந்தரி இந்துவாக இருந்து, கிறிஸ்தவத்தைத் தழுவிய குடும்பத்தைச் சேர்ந்தவர்.

இமானுவேல் சேகரன் பரமக்குடியில் உள்ள சி.எஸ்.எம். பள்ளி விடுதியில் தங்கி ஐந்தாம் வகுப்பு வரை படித்தார். பின்பு, உயர்நிலைக் கல்வியை சுவார்ட்ஸ் உயர்நிலைப் பள்ளியில் படித்தார். படிக்கும்போதே ராணுவத்தில் சேர்ந்தார். ஆங்கிலம், தமிழ், ருஷியா உட்படஏழு மொழிகள் இவருக்குத் தெரியும்.

1946 மே 17 ஆம் நாள் வீராம்பல் கிராமத்தைச் சேர்ந்த அமிர்தம் கிரேஸ் என்ற ஆசிரியையைத் திருமணம் செய்துகொண்டார். இவர்களுக்கு மேரி வசந்த ராணி, பாப்பின் விஜய ராணி, சூரிய சுந்தரி பிரபா ராணி, மாணிக்கவள்ளி ஜான்சி ராணி ஆகிய நான்கு பெண் குழந்தைகள் பிறந்தனர். விடுமுறைக்கு ஊருக்கு வரும்போதெல்லாம் தனது சமூக மக்கள் இந்துக் கலாச்சாரத்தில் மூழ்கிக் கிடப்பதையும் சாதி இழிவுக்கு உள்ளாக்கப்படுவதையும்

கண்டு வேதனை அடைந்தார். 1952ல் தனது ராணுவப் பதவியை ராஜினாமா செய்துவிட்டு, சமூகப் பணியில் இறங்கினார். 1953 ஆம் ஆண்டு, ஒடுக்கப்பட்டோர் இயக்கத்தின் முதுகுளத்தூர் வட்டாரத் தலைவராக நியமிக்கப்பட்டார் இம்மானுவேல். அதனைத் தொடர்ந்து 14.4.1953 அன்று ராமநாதபுரத்தில் ''ஒடுக்கப்பட்டோர் எழுச்சி மாநாடு'' நடத்தினார்.

அக்கால கட்டத்தில் டீக்கடைகளில் ''இரட்டைக் குவளை முறை'' என்ற நடைமுறை அமலில் இருந்தது. அதாவது, உயர்சாதி யினர் தனிக் குவளையிலும், ஒடுக்கப்பட்ட மக்களுக்குத் தனிக் குவளையிலும் டீ கொடுப்பது வழக்கம். இந்த முறையை எதிர்த்து இம்மானுவேல் போராட்டங்கள் நடத்தினார். பல டீக்கடைகளில் தனது ஆதரவாளர்களுடன் சென்று குவளைகளை உடைத்த சம்பவங்களும் உண்டு.

1954ஆம் ஆண்டு, ''இரட்டைக் குவளை முறை எதிர்ப்பு மாநாடு'' நடத்தினார். இம்மானுவேலின் வேகத்தையும், துடிப்பையும் பார்த்த காங்கிரஸ் கட்சி, அவரை தங்களது கட்சியில் சேர்க்க முயற்சித்தனர். காங்கிரஸில் சேர்ந்தால் சமுகப்பணிகளில் அரசு உதவி கிடைக்கும் என்பதால் 1954ல் காமராசர் முன்னிலையில் காங்கிரஸில் இணைந்தார் இம்மானுவேல் சேகரன்.

அதுமட்டுமில்லாமல், காங்கிரசில் இருக்கும் ஹரிஜன லீக்கில் உறுப்பினரானார். அப்போது மதுரை, ராமநாதபுர மாவட்டங்களில் தீண்டாமை ஒழிப்புப் பணியில் ஈடுபட்டிருந்த காங்கிரஸ் கட்சியின் பணிகளில் இம்மானுவேலும் இணைந்து கொண்டார். காமராசர் அமைச்சரவையில் காவல்துறை அமைச்சராக இருந்த கக்கனோடு இணைந்து தீண்டாமை ஒழிப்பு பிரச்சாரப் பணியில் ஈடுபட்டார். இதே பணிகளுக்காக திருநெல்வேலியைச் சார்ந்த வைகுண்டம் எம்.எல்.ஏவோடும் சேர்ந்து பல கிராமங்களுக்குச் சென்று வந்தார்.

இம்மானுவேலின் அரசியல் வாழ்க்கை மெல்ல மெல்ல நகர்ந்துகொண்டிருந்த சமயத்தில்தான் 1957 பொதுத் தேர்தல் வந்தது. அந்தத் தேர்தலின்போது திருவில்லிபுத்தூர் நாடாளுமன்றத் தொகுதியை இரட்டை உறுப்பினர்கள் கொண்ட தொகுதியாக மாற்றினர். அந்தத் தேர்தலில் தேவர் முதுகுளத்தூர் சட்டமன்றத் தொகுதி மற்றும் திருவில்லிபுத்தூர் நாடாளுமன்றத் தொகுதியில் பொது வேட்பாளராகப் போட்டியிட்டதை முன்பே பார்த்தோம். அதன் தனித்தொகுதிகளில் ஃபார்வர்ட் பிளாக் கட்சியின் சார் பாக ஏ.வேலு தேவேந்திரர் நாடாளுமன்ற வேட்பாளராகவும், ஏ.பெருமாள் தேவேந்திரர் சட்டமன்ற வேட்பாளராகவும் போட்டியிட்டனர்.

காமராசர் காங்கிரஸ் கட்சியின் சார்பாக எஸ்.எஸ்.நடராஜன் சேர்வையை ஸ்ரீவில்லிப்புத்தூர் நாடாளுமன்றத் தொகுதியிலும், சின்னையா சேர்வையை முதுகுளத்தூர் சட்டமன்றத் தொகுதியிலும் நிறுத்தினார். தனித்தொகுதிகளில் ஆர்.எஸ். ஆறுமுக தேவேந்திரர் என்பவரை நாடாளுமன்ற வேட்பாளராகவும், ஏ.கிருஷ்ணன் தேவேந்திரர் என்பவரை சட்டமன்ற வேட்பாளராகவும் நிறுத்தினார்.

அந்தத் தேர்தலில் தேவரைத் தனிப்பட்ட முறையில் விமர்சித்துப் பிரசாரம் செய்தது காங்கிரஸ். அப்போது தேவரை விமரிசித்த காங்கிரஸ்காரர்களை அந்த ஊர்ப்பெண்கள் துடைப்பம் கொண்டு தாக்க வந்ததாகவும் காவலர்கள் அவர்களைத் தடுத்து நிறுத்திவிட்டதாகச் சட்டமன்றத்தில் பேசினார் சசிவர்ணத் தேவர்.

தேர்தல்கள் நடந்துமுடிந்து முடிவுகள் வெளியானபோது அது தேவருக்கும், காமராசருக்கும் அதிர்ச்சியை அளித்தது. தேவர் சட்ட மன்றத் தொகுதியில் சின்னையா சேர்வையை 20,566 வாக்குகள் வித்தியாசத்தில் வீழ்த்தியிருந்தார். நாடாளுமன்றத் தொகுதியில் 2,06,999 வாக்குகள் பெற்று காங்கிரஸ் வேட்பாளர் ஆர்.எஸ். ஆறுமுகத்தைத் தோற்கடித்தார். அதேசமயம், ஃபார்வர்ட் பிளாக் கட்சி சார்பாக போட்டியிட்ட ஏ.வேலு (1,33,996 வாக்குகள்) தோல்வியுற்றார். காங்கிரஸ் வேட்பாளரான எஸ்.எஸ்.நடராஜன் 1,50,000 வாக்குகள் பெற்று வெற்றி பெற்றார்.

1952ல் நாடாளுமன்ற உறுப்பினர் பதவியை ராஜிநாமா செய்து சட்டமன்றத்துக்கு வந்த தேவர், இந்தமுறை சட்டமன்ற உறுப்பினர் பதவியை ராஜிநாமா செய்து, நாடாளுமன்றத்துக்குச் சென்றார். அதனால், ஜூலை 1, 1957ல் முதுகுளத்தூர் சட்டமன்றத் தொகுதியில் இடைத்தேர்தல் நடத்த வேண்டியதாக இருந்தது. இதில், ஜூலை 4 அன்று தேர்தல் முடிவில் தேவரின் ஃபார்வர்ட் பிளாக் கட்சியின் சார்பாகப் போட்டியிட்ட சசிவர்ணத் தேவர் வெற்றிபெற்றதாக அறிவித்தனர்.

வெற்றிக் கொண்டாட்டத்தில் தேவர் சமூகத்துக்கும், காங்கிரஸுக்கு ஆதரவாக இருந்த தேவேந்திர்களுக்கும் மோதல்கள் மூண்டன. ஆரம்பத்தில் அரசியல் மோதலாகத் தொடங்கி மெல்ல மெல்ல சாதிச்சண்டையாக உருமாறியது. பல இடங்களில் கலவரங்கள் வெடிக்கத் தொடங்கின. இரு தரப்பினருக்கும் இடையே சமரசம் செய்து வைக்க அமைதிப் பேச்சுவார்த்தை நடத்த முடிவு செய்தது அரசு.

18. அமைதிப் பேச்சுவார்த்தை!

"செப்டம்பர் 10, 1957. முதுகுளத்தூர் வட்டாட்சியர் அலுவலகம். சட்ட மன்ற உறுப்பினர்கள், உள்ளூர் பிரமுகர்கள், இரு தரப்பு தலைவர்கள் வந்திருந்தனர். பேச்சு வார்த்தை அமைதியாக முடிந்தால், பல உயிர்கள் பறிபோவதைத் தடுக்கமுடியும். மக்கள் மீண்டும் இயல்பு வாழ்க்கைக்குத் திரும்புவார்கள். இப்படியான நல்லெண்ணத்தின் அடிப்படையில் தமிழக அரசு அமைதிப் பேச்சுவார்த்தைக்கு ஏற்பாடு செய்திருந்தது.

மறவர்களின் சார்பாக முத்துராமலிங்கத் தேவர், சசிவர்ண தேவர், ஆப்பனூர் அர்சுனன், சித்திரங்குடி சுப்பிரமணியன், இளஞ்செம்பூர் கருப்பையா ஆகியோர் கலந்துகொண்டார்கள்.

குகன் ♦ 109

நாடார்கள் சார்பில் பேரையூர் வேலுச்சாமி நாடார், கமுதி சௌந்தரபாண்டியன் நாடார் ஆகியோர் கலந்து கொண்டார்கள். தேவேந்திரர்கள் சார்பில் இம்மானுவேல் சேகரன், பேரையூர் பெருமாள் பீட்டர், வீராம்பல் வேதமாணிக்கம், ஆலத்தங்குடி கம்பர், சாத்தையா ஆகியோர் கலந்து கொண்டார்கள்.

பொதுமக்கள் தரப்பில் முதுகுளத்தூர் சேமநலச் சங்கச் செயலர் அருணகிரி, சுப்பையா பிள்ளை, சேதுபதியின் சகோதரர்களான காசிநாததுரை, சிதம்பரநாததுரை ஆகியோரும், சட்டமன்ற உறுப் பினர்கள், சுப்பிரமணிய ராஜ்குமார், எம்.டி.ராமசாமி செட்டியார், கரியமாணிக்கம், சீனிவாச ஐயர் ஆகியோரும் கலந்துகொண்டார்கள்.

அரசுத் தரப்பில் தென்மண்டல போலீஸ் ஐ.ஜி., ராமநாதபுரம் மாவட்ட டி.எஸ்.பி., எஸ்.பி., ஆர்.டி.ஓ ஆகியோர் பங்கேற்றனர். ஆனால், திருவில்லிப்புத்தூர் நாடாளுமன்றத் தனித்தொகுதி உறுப்பினரான ஆறுமுக தேவேந்தரரும், முதுகுளத்தூர் தனித்தொகுதி சட்டமன்ற உறுப்பினருமான பெருமாள் தேவேந்திரரும் கலந்துகொள்ளவில்லை.

கலெக்டர் இ.வி.ஆர்.பணிக்கர் கூட்டத்துக்குத் தலைமை தாங்கினார். பேச்சுவார்த்தை அறைக்குள் தேவர் நுழைந்தபோது எல்லோரும் எழுந்து மரியாதை செலுத்தினர். ஆனால், இம்மானுவேல் சேகரன் எழுந்திருக்கவில்லை. அமைதிப் பேச்சு வார்த்தை பத்து மணிக்குத் தொடங்கியது.

முதலில் ஃபார்வர்ட் பிளாக் தலைவர்களை தனி அறைக்கு அழைத்து, அவர்கள் கூறிய விளக்கங்களைக் கேட்டுக் கொண்டார் கலெக்டர். பிறகு காங்கிரஸ், நாடார்கள், அரிஜனங்கள் ஆகியோரின் பிரதிநிதிகளை அழைத்து விபரங்களைக் கேட்டார். பின்னர் அனைவர் முன்னிலையிலும் பேசினார் கலெக்டர்.

''இத்தாலுகாவில் இருதரப்பினர் இடையேயான மன வேறுபாட் டால் நடந்துவரும் நிகழ்ச்சிகளை எல்லோரும் அறிவீர்கள். மறவர்கள், நாடார்கள், அரிஜனங்கள், இதர வகுப்பினர் அனைவரும் கடந்தகாலச் சம்பவங்களை மறந்து, எல்லோரும் ஓரினம் என்ற மனோபாவத்துடன், ஐக்கியமாக வாழவேண்டும் என்று உங்கள் எல்லோரையும் கேட்டுக்கொள்கிறேன்.''

அப்போது, முத்துராமலிங்க தேவர், ''மறவர்களுக்குச் சொந்த மான ஆடுமாடுகள், உடைமைகளை ஆயுதங்களைக் கொண்டு பயமுறுத்தி அபகரித்துள்ளனர் தேவேந்திரர்கள். மேலும், அரிஜனங் களைத் தூண்டிவிட்டு, உற்சாகமூட்டும் விதமாக அவர்களுக்கு காங்கிரஸ் கட்சி ஆயுதம் வழங்கிவருகிறது'' என்றார்.

மேலும், ''தேவேந்திரர்களின் தாக்குதலால் மறவர்கள், யாதவர்கள், சேர்வைக்காரகள், நாயுடு இனத்தார் ஆகியோர் தங்கள் சொந்த வீடுகளையும், உடைமைகளையும் அப்படியே போட்டுவிட்டு வெளியேறினர். இதனால், அவர்களின் வாழ்வாதாரம் பாதிக்கப்பட்டுள்ளது. போலிஸிடம் புகார் கொடுத்தும் எந்தப் பலனுமில்லை. அவர்கள் தரப்பில் எந்த நடவடிக்கையும் எடுக்கப் படவில்லை. அதற்குப் பதிலாக, காங்கிரஸ் கட்சியானது தங்களுக்கு ஆதரவாக இருக்கும் அரிஜனங்கள், நாடார்கள் பக்கமே சாதகமாக இருந்து வருகிறது. காவலர்கள் வாகனங்களில் ஆயுதங்களை ஏற்றிச் சென்று, தேவேந்திரர்களுக்கும், நாடார்களுக்கும் வழங்கி வருகிறார்கள். மறவர்களுக்குரிய பாதுகாப்பு நடவடிக்கைகளை எடுப்பதாகத் தெரியவில்லை. பேரையூரில் நாடார்கள் சட்டவிரோத மாக ஆயுதங்களைத் தயாரித்திருக்கிறார்கள். அருப்புக்கோட்டையை சேர்ந்த மூக்கன் நாடார் என்பவர் வெடிகுண்டு வெடித்து இறந்தார். அந்த உண்மையை அப்படியே மறைத்துவிட்டனர்.''

தேவர் பேசி முடித்தபிறகு நாடார்கள் சார்பாக வேலுச்சாமி நாடார் பேசினார்.

''ஃபார்வர்ட் பிளாக் கட்சிக்கு ஓட்டுப் போடாததால் கொலை செய்யப் போவதாக மறவர்கள் மிரட்டுகிறார்கள். எங்கள் உடைமைகள் மறவர்களால் கொள்ளையடிக்கப்படுகின்றன. நாடார்களுக்கு எதிராக பொது நிதி திரட்டி வருகிறார்கள். நாடார் கடைகளில் சாமான்கள் வாங்கக்கூடாது என்று மறவர்கள் மறியல் செய்கிறார்கள்.''

அந்தப் பேச்சை தேவர் மறுத்தார். ''குறிப்பிட்ட கிராமத்து மக்கள் மீது பொய் வழக்குகள் தொடரப்பட்டுள்ளன. அந்த வழக்குகளை நடத்துவதற்காக பொதுநிதி வசூலித்து வருகின்றனர். நாடார் கடைகளில் சாமான்கள் வாங்கக் கூடாது என்று மறவர்கள் யாரும் யாரையும் கட்டுப்படுத்தவில்லை. அப்படி ஏதேனும் புகார் உண்டா? இருந்தால் நானே தடுக்கிறேன்'' என்றார் தேவர்.

''மறவர்கள் மீது எவ்விதப் புகாருமில்லை. நாடார்கள் தரப்புப் புகாருக்கு ஆதரவான வகையில் ஒன்றும் பதிவாகவில்லை'' என்றார் கலெக்டர்.

அதனைத் தொடர்ந்து இம்மானுவேல் சேகரன் பேசினார். ''ஃபார்வர்ட் பிளாக் கட்சிக்கு ஓட்டுப் போடவில்லை என்பதற்காக தேவேந்திரர்கள் மீது மறவர்கள் தாக்குதல் நடத்தி வருகிறார்கள். தேவேந்திரர்கள் பிற சாதியினர்களைப் போல உடை அணிந்து பொது

நிகழ்ச்சிகளில் கலந்துகொள்வதை மறவர்கள் விரும்பவில்லை'' என்றார்.

தேவர் இதை மறுத்தார். ஆரம்பக் காலத்தில் இருந்தே அரிஜன முன்னேற்றத்துக்காகப் பாடுபட்டவன் நான் என்றார் தேவர். 1932ல் ஓர் அரிஜன வீட்டில் உணவு சாப்பிட்டதை நினைவுபடுத்தினார். அரிஜன மக்கள் ஆலயங்களுக்குள் அனுமதி மறுக்கப்பட்டபோது அவர்களுக்காகப் போராடினேன் என்று கூறினார். ஃபார்வர்ட் பிளாக் சார்பில், தனித் தொகுதிகளில் தேவேந்திரர்களை வேட்பாளராக நிறுத்தியதைச் சுட்டிக்காட்டினார். முதுகுளத்தூர் தொகுதியில் தன்னைவிட தேவேந்திரர்களுக்கே மறவர்கள் அதிகம் வாக்களித்து வெற்றி பெறச் செய்ததை விளக்கிச் சொன்னார். தாழ்த்தப்பட்டோர் உயர்வு என்பது மறவர், யாதவர், நாயுடு முதலிய சாதிப் பெண்களிடம் முறைகேடாக நடந்துகொள்வதில் இல்லை'' என்றார்.

அந்தக் கருத்தை இம்மானுவேல் சேகரன் மறுத்தார். "மற்ற சாதியினர் மீதும், பெண்கள் மீதும் மறவர்கள் வன்முறையில் இறங்குகிறார்கள். மறவர்களின் தாக்குதலை தேவேந்திரர்கள் தடுத்து நிறுத்துகிறோம்'' என்று கூறினார்.

இம்மானுவேல் பேசுவதை தேவர் மறுக்க, தேவர் பேசுவதை இம்மானுவேல் மறுக்க.. என்று இருவருக்கும் இடையே வாக்குவாதம் தொடர்ந்தது. உடனே கலெக்டர் குறுக்கிட்டு, "கொஞ்சம் அமைதியாக இருங்கள். இதுபோன்ற சம்பவங்கள் நடந்தால், அவற்றை என் கவனத்துக்குக் கொண்டுவாருங்கள். நடவடிக்கை எடுக்கிறேன்'' என்றார். பின்னர் அமைதி ஏற்படுத்துவதற்கான வழிகளைப் பற்றிப் பேசினர்.

"எல்லாத் தரப்புத் தலைவர்களும் மக்கள் முன் பொதுக்கூட்டம் நடத்தி, அவர்களைச் சமாதானப்படுத்தலாம்'' என்றார் தேவர்.

ஆனால் பெருமாள் பீட்டர், "மக்களின் கோபம் இன்னமும் தணியவில்லை. ஆகவே, நேரடியாகத் தலைவர்கள் தோன்றுவது பலனளிக்காது. மக்கள் அமைதியாக இருக்கும்படி கையெழுத்துப் போட்ட துண்டு பிரசுரங்களை விநியோகிக்கலாம்'' என்றார்.

அதற்கு தேவர், "பெரும்பாலான தேவேந்திரர்களுக்குப் படிக்கத் தெரியாது. அதனால் துண்டுப் பிரசுரம் அளித்தாலும் பலனிருக்காது'' என்றார். உடனே இம்மானுவேல் சேகரன், "மறவர்களைவிட தேவேந்திரர்களில் அதிகம் படித்தவர்கள் இருக்கிறார்கள். வேண்டும் என்றால் கணக்கு எடுத்துப் பாருங்கள். உண்மை தெரியும்'' என்றார்.

மீண்டும் இருவரும் தங்கள் சமூகத்தை விட்டுக் கொடுக்காமலும், எதிர்ச் சமூகத்தை விமரிசித்தும் பேசினார்கள். இடையில் கலெக்டர் தலையிட்டு வாக்குவாதத்தைத் தடுத்து நிறுத்தினார். சிறிது நேர அமைதிப் பேச்சுவார்த்தைக்கு பிறகு துண்டு பிரசுரம் விநியோகம் செய்வது என்று ஒருமனதாக முடிவெடுத்தனர்.

அமைதியை வலியுறுத்தும் கூட்டு வேண்டுகோளில் எல்லோரையும் கையெழுத்து போடும்படி கலெக்டர் கேட்டுக்கொண்டார். தேவேந்திரர் சார்பாக இம்மானுவேலையும், மறவர்களின் சார்பாக தேவரையும் கையெழுத்திடும்படி சொன்னார்.

ஆனால், அதனை தேவர் ஏற்றுக்கொள்ளவில்லை. ''அரிஜனங்களில் பிரதிநிதியாக இம்மானுவேலை ஏற்றுக் கொள்ள முடியாது. வேண்டுமென்றால், காங்கிரஸ் எம்.பியான ஆர்.எஸ். ஆறுமுகம் கையெழுத்துப் போடட்டும்'' என்றார். ஆறுமுகமோ அமைதிக் கூட்டத்தில் இல்லை. மீண்டும் பேச்சு நீண்டுகொண்டே போனது.

ஆர்.எஸ்.ஆறுமுகம் மக்களால் தேர்ந்தெடுக்கப்பட்ட பிரதிநிதி. தேவரும் மக்களால் தேர்ந்தெடுக்கப்பட்டவர். ஆனால், இம்மானுவேல் சேகரன் காங்கிரஸ் கட்சியின் பொறுப்பில் இருக்கும் முக்கிய பிரமுகர். தேவர் இம்மானுவேலையும், பீட்டரையும், கம்பரையும் அரிசனங்களின் பிரதிநிதியாக ஏற்க முடியாது என்றார்.

''நூத்துக்கு எண்பது அரிசன மக்கள் எங்கள் பக்கம் இருக்கிறார்கள். இவர்களை அரிசனப் பிரதிநிதிகளாக ஏற்றுக் கொண்டால் எங்கள் பக்கம் இருக்கும் அரிசன மக்கள் வருத்தப்படுவார்கள்'' என்றார் தேவர்.

அதற்கு இம்மானுவேல், ''உங்களுக்கு மக்கள் மத்தியில் இருக்கிற செல்வாக்கு எனக்கு இல்லை என்றாலும், என் பேச்சை கேட்கக் கூடிய என் மக்களும் இருக்கிறார்கள்'' என்றார்.

இன்றும், இம்மானுவேல் மக்களால் தேர்ந்தெடுக்கப்படாதவர் என்பதால்தான் தேவர் அவருடன் சேர்ந்து கையெழுத்துப் போட சம்மதிக்கவில்லை என்பது தேவர் ஆதரவாளர்களின் வாதம். ஆனால் இம்மானுவேல் தாழ்த்தப்பட்டவர் என்பதால்தான் தேவர், தனக்கு நிகரானவராக இம்மானுவேலை ஏற்க மறுத்தார் என்பது இம்மானுவேல் ஆதரவாளர்களின் வாதம். ஆக, அரிஜன மக்களின் பிரதிநிதியாக இமானுவேல் கையெழுத்துப் போடுவதை தேவர் ஏற்கவில்லை என்பது மட்டும் உண்மை.

மறுபடியும் கலெக்டர் தலையிட வேண்டியதாக இருந்தது. பலர் பேசினர். மீண்டும் விவாதித்தனர். ஒரு வழியாக அமைதித் தீர்மானத்தின் தனித்தனிப் பிரதிகளில் தேவரும் இமானுவேல் சேகரனும் கையெழுத்து போட்டனர். அதன்பின், கூட்டத்தில் கலந்துகொண்ட அத்தனை பேரும் கையெழுத்துப் போட்டனர்.

கலெக்டர் அனைவருக்கும் நன்றி சொல்ல, மதியம் 1.30க்கு கூட்டம் முடிந்தது. ஆனால், அமைதியைக் காப்பதற்காக வெளியிடப்பட இருந்த துண்டுப் பிரசுரங்கள் திட்டமிட்டபடி வெளியாகவில்லை. காரணம், அடுத்த நாள் நடந்த படுகொலை. மீண்டும் கலவரம் உருவாவதற்குக் காரணமாகவும் அந்தப் படுகொலை அமைந்தது.

19. முதுகுளத்தூர் கலவரம்!

"செப்டம்பர் 11, 1957. அமைதிப் பேச்சுவார்த்தையில் எத்தனையோ விவாதங்கள். எத்தனையோ மனக்கசப்புகள். இருப்பினும், பேச்சுவார்த்தை வெற்றிகரமாக முடிந்த சந்தோஷத்தில் இருந்தார் இம்மானுவேல் சேகரன்.

கூட்டம் முடிந்ததும் வேலுச்சாமி நாடாருடனும், பெருமாள் பீட்டருடனும் பேரையூர் சென்றார். அடுத்த நாள் பாரதியார் நினைவு விழாவுக்காக எமனேசுவரத்திலும், பரமக்குடி பாரதியார் தொடக்கப்பள்ளியிலும் பேச இருந்தார்.

இம்மானுவேல் சேகரன்

மாலையில் எமனேசுவரத்துக்குச் சென்று பாரதி விழாவில் கலந்துகொண்டார். அவருடன் அவரது நண்பரும் வழக்கறிஞருமான ஆர்.கே.கிருஷ்ணமூர்த்தியும் பேசினார். விழா முடிய நேரமாகிவிட்ட காரணத்தால் பரமக்குடி பாரதியார் பள்ளி விழாவில் பேச முடியவில்லை.

இரவு எட்டரை மணிக்கு கிருஷ்ணமூர்த்தியோடு தனது வீட்டுக்குத் திரும்பினார். பெரிய கடைவீதி நுழைவு வாயிலின் அருகே லூத்தரன் தேவாலய வளாகம் உண்டு. அந்த வளாகத்தின் மேற்குப் பகுதியில் இருந்தது இம்மானுவேலின் வீடு. இரவு உணவு அருந்திவிட்டு கிருஷ்ணமூர்த்தியை வழியனுப்பி வைத்தார்.

பிறகு, தன் வீட்டின் அருகில் இருக்கும் பெட்டிக்கடை அருகே நின்றபடி சில பேருடன் பேசிக்கொண்டிருந்தார். அப்போது, திடீரென மின் விளக்குகள் அணைந்தன. அதே நேரத்தில் முதுகுளத்தூரில் இருந்து ஒரு பேருந்து வந்து நின்றது.

கண்ணிமைக்கும் நேரத்தில் பேருந்தில் வந்திறங்கிய ஒரு கும்பல் மறைத்து வைத்திருந்த ஆயுதங்களைக்கொண்டு இம்மானுவேலை தாக்கிக் கொலை செய்தனர்.

முப்பத்தி மூன்று வயது நிரம்பிய இம்மானுவேல் சேகரன் பரிதாபமாக இறந்தார். ஒடுக்கப்பட்டவர்களுக்காக உழைத்தவரின் குரல் அந்த இரவில் நிரந்தரமாக உறங்கியது.

அடுத்த நாள் மாலை (12.9.57) இம்மானுவேலின் உடலை பரமக்குடியில் இருக்கும் லூத்திரன் திருச்சபையில் அடக்கம் செய்தனர். இம்மானுவேலின் படுகொலை அந்தப் பகுதியின் அமைதியை நிச்சயம் சீர்குலைக்கும் என்ற பதற்றம் அந்தப் பகுதியில் ஏற்பட்டிருந்தது.

பரமக்குடிக்கு அருகே இருக்கிறது அருங்குளம் கிராமம். மறவர்களும் அரிசனங்களும் வசிக்கும் பகுதி. அங்கே ஐயனார் கோயில் திருவிழாவுக்கு ஏற்பாடு செய்திருந்தனர். அந்த விழாவில், நாடகம் நடத்துவது வழக்கம். அன்று இரவு, "அரிச்சந்திர மயான காண்டம்" நாடகம் நடத்தினர். நாடகத்தில் துதிபாடல் நிகழ்ச்சி ஒரு பகுதியாக நடக்கும்.

அப்போது, அங்கிருந்த மறவர்கள், தேவரைப் புகழ்ந்து பாடச் சொல்லி நாடகக் கலைஞர்களை வற்புறுத்தினர். ஆனால் அதனை அங்கிருந்த அரிசன மக்கள் எதிர்த்தனர். விளைவு, இருதரப்பினருக்கும் ஏற்பட்ட வாக்குவாதம் கைகலப்பாக மாறியது. நாடகம் பாதியிலே நிறுத்தப்பட்டது. நாடகக் குழுவினர் தாக்கப்பட்டனர். மேடை அடித்து நொறுக்கப்பட்டது.

(G.O.Ms..No.3036)

அடுத்த நாள், அந்தப் பகுதியில் பெரும் கலவரம் உருவானது. தேவேந்திர மக்களின் வீடுகளுக்கு மறவர்கள் தீ வைத்ததாகவும், பதிலுக்கு தேவேந்திர மக்கள் மறவர்களின் வீடுகளைக் கொளுத்தியதாகவும் செய்திகள் வெளியாகின. இந்தக் கலவரத்தில் ஒரு கர்ப்பிணிப் பெண் உட்பட ஐந்து பேர் கொல்லப்பட்டனர். 107 வீடுகள் எரிக்கப்பட்டன.

அருங்குளத்தோடு விவகாரம் முடிந்துவிடவில்லை. வெங்கட்டங் குறிச்சி, ஊரக்குடி ஆகிய ஊர்களுக்கும் கலவரம் பரவியது. ஊரக்குடியில் இரண்டு தேவேந்திரர்கள் கொல்லப்பட்டார்கள். கலவரத்தைக் கட்டுப்படுத்த காவல்துறை பெருமுயற்சிகள் எடுத்தபோதும் பலன் கிடைக்கவில்லை.

அதைத் தொடர்ந்து முதுகுளத்தூர், பரமக்குடி, அருப்புக்கோட்டை, சிவகங்கை என்று பல பகுதிகளுக்கு கலவரம் பரவியது. இம்மானுவேலைக் கொன்றது மறவர்கள்தான் என்ற செய்தி பரவியதன் காரணமாக தேவேந்திரர்கள் மறவர்களைத் தாக்குவதில் ஈடுபட்டனர்.

ராமநாதபுரம் மாவட்டத்திலுள்ள கீழத்தூவல் கிராமம். காலை 11 மணி. இன்ஸ்பெக்டர் ரே தலைமையில் போலீஸ் படையினர் கிராமத்தில் இருக்கும் மூலை முடுக்குகளில் எல்லாம் சல்லடை போட்டுத் தேடினர். இம்மானுவேலைக் கொன்றவர்கள் அந்தக் கிராமத்தில்தான் மறைந்திருக்கிறார்கள் என்பது போலீஸ் தரப்பு சொன்ன காரணம்.

கிராம மக்கள் அனைவரையும் பள்ளிக்கூடம் ஒன்றில் வைத்து விசாரித்தது காவல்துறை. அப்போது, சப் இன்ஸ்பெக்டர் சுட்டிக் காட்டிய ஐந்து இளைஞர்களை மட்டும் தனியாக இழுத்துச் சென்றனர் காவலர்கள்.

ஐவரின் கண்களும் கட்டப்பட்டு, கண்மாய்க் கரைக்கு அழைத்துச் செல்லப்பட்டனர். ரே அடையாளம் காட்ட, அந்த ஐவரையும் காவலர்கள் சுட்டுக்கொன்றனர். செய்தி கேட்டு கீழத்தூவல் கிராமத்து மக்கள் அலறினர். இறந்த ஐந்து பேரின் உடலைக் கூட அவர்கள் குடும்பத்தினரிடம் ஒப்படைக்கவில்லை. போலீஸாரே எரித்துவிட்டனர்.

பின்னர் நடந்த விசாரணையில், மறவர்கள் தங்களைத் தாக்க வந்ததாகவும், அதில் நான்கு காவலர்கள் படுகாயம் அடைந்த தாகவும் சொன்ன காவல்துறையினர், தாக்குதலில் இருந்து தங்களைத் தற்காத்துக் கொள்ளவே துப்பாக்கி சுடு நடத்தியதாக கூறினர். ஆனால், விசாரணையில் அரிசன மக்களே காவலர்களுக்கு எதிராக சாட்சி அளித்தனர்.

இந்தப் படுகொலைகள் மக்கள் மத்தியிலும், அரசியல் களத்திலும் கடும் எதிர்ப்புகளைக் கிளப்பியது. இந்தக் கொலைக்கு இன்னொரு காரணம் சொல்லப்பட்டது. நடராஜ ஐயர் என்பவர் இம்மானுவேல் சேகரனின் நெருங்கிய நண்பர். அவர் தனது நண்பரின் மரணத்துக்காகத் தனது அதிகாரத்தைப் பயன்படுத்தி, பழி தீர்த்துக் கொண்டார் என்றும் கூறப்பட்டது.

பெருமாள் பீட்டரின் மகன் பேரையூர் பெ.ஜார்ஜ் வில்லியம் இந்தச் சம்பவத்தை பற்றிக் குறிப்பிடும்போது, "இராமுத்தேவர் என்பவர் காங்கிரஸ் கட்சியைச் சேர்ந்தவர். அவரது மகளை கீழத்தூவலில் திருமணம் செய்துகொடுத்திருந்தார். அன்றைய தேதியில் பெரும்பாலான மறவர்கள் தேவரின் "ஃபார்வர்ட் பிளாக்" கட்சியில் இருந்தனர். அதனால், "தேவர் சமுதாயத்தினர் எல்லாம் தேவர் கட்சியிலே இருக்க, உங்க அப்பன் மட்டும் காங்கிரஸ் கட்சியிலே இருக்கான்" என்று சொல்லி, அந்தப் பெண்ணை

அடித்து, உதைத்து, கீழத்தூவலைச் சேர்ந்த ஐந்து மறவர்கள் கற்பழித்து, ஊரை விட்டு விரட்டி விட்டனர்.

அந்தப் பெண் அழுது கொண்டு ஊருக்குச் சென்று தனது அப்பா விடம் சொல்லி அழுகிறாள். காங்கிரஸ்காரரான இராமுத்தேவர் காவல் அதிகாரி ரேயைச் சந்தித்து, அந்தப் பெண்ணைக் கற்பழித்த ஐந்து பேரைப் பற்றிச் சொல்கிறார். அன்று ரேவின் உதவியால் அந்த ஐந்து பேர் சுட்டுக் கொல்லப்பட்டார்கள். இம்மானுவேலைக் கொன்றவர்கள் யாரும் சாகவில்லை என்று ஜார்ஜ் வில்லியம் ஜனவரி 5, 2008 வி.ஆர்.கிருஷ்ணய்யர் சமூக அரங்கில் கூறினார்.

(பக். 171-172, முதுகுளத்தூர் கலவரம் - தினகரன், தொகுப்பு: கா.இளம்பரிதி)

கீழத்தூவலைத் தொடர்ந்து கீரந்தை, பரம்பச்சேரி, மழவராய னேந்தல், காக்கூர் வீராம்பல் மற்றும் உளுத்திமடை ஆகிய இடங்களிலும் துப்பாக்கிச் சூடு நடத்தப்பட்டது.

கீரந்தையில் நடந்த துப்பாக்கிச் சூட்டில் நான்கு பேர் கொல்லப் பட்டனர். இரண்டு பேர் படுகாயம் அடைந்தனர். உளுத்திமடையில் 4 பேரும், மழவராயனேந்தலில் ஒருவரும் துப்பாக்கிச் சூட்டில் இறந்தனர். இந்தத் துப்பாக்கிச் சூட்டில் 13 பேர் இறந்ததாகக் கூறப்படுகிறது.

8.10.1957 அன்று விடுதலை நாளிதழ் ''ராமநாதபுரம் கலவரம் இழப்புகளின் விவரம்'' என்ற தலைப்பில் மேலும் சில புள்ளி விபரங்களை வெளியிட்டது.

''ராமநாதபுரம் துப்பாக்கிச் சூட்டில் மட்டும் செத்தவர்கள் 40 பேர் என்றும், அதில் 14 பேர்களில் 13 பேர் மறவர்கள் என்றும் ஒருவர் தாழ்த்தப்பட்டவர் என்றும் கலகங்களில் இறந்த 26 பேர்களில் 8 பேர் மறவர்கள் என்றும் 18 பேர் தாழ்த்தப்பட்டவர்கள் என்றும் கூறப்படுகிறது. காயமடைந்தவர்களின் எண்ணிக்கை சரியாகத் தெரியவில்லை. சுமார் 100 பேர் காயமடைந்திருப்பர். இக்கலகத்தில் கொளுத்தப்பட்ட வீடுகள் மொத்தம் 2,879 என்றும் இதில் 2,731 வீடுகள் தாழ்த்தப்பட்டவர்களுடையது என்றும் 106 வீடுகள் தேவர்களுடையது என்றும் 41 வீடுகள் மற்ற வகுப்பினருக்குச் சொந்தமானவை என்றும் கூறப்படுகிறது. இதுவரை மொத்தம் 475 பேர் கைது செய்யப்பட்டிருக்கின்றனர்.''

ஒடுக்கப்பட்டவர்களுக்காகப் போராடிய இம்மானுவேல் சேகரன் மண்ணுக்குள் சென்றதும், அவருக்குத் துணையாக மண்ணில் பல உயிர்களைப் புதைக்க வேண்டிய சூழல் உருவானது. கலவரங்கள்

நடந்து முடிந்த பிறகு, தங்கள் பக்கம்தான் அதிக இழப்புகள் என்று சொல்வது இரு தரப்பினரின் வழக்கம். முதுகுளத்தூர் கலவரத்திலும் அப்படித்தான் நடந்தது. ஆனால், ஒடுக்கப்பட்டவர்களின் பக்கம் அதிக இழப்பு என்பது மறுக்க முடியாத உண்மை.

இன்னும் சிலர் இக்கலவரங்கள் தொடர்பாக ஐயாயிரம் பேருக்கு மேல் கைது செய்யப்பட்டு சிறையில் அடைக்கப்பட்டதாகவும், அவர்கள் மீது 836 வழக்குகள் போடப்பட்டதாகவும் கூறுவார்கள். இத்தனை வழக்குகளை எல்லாம் மறக்கச் செய்வது போல் ஒரு வழக்கு தொடர்ந்தனர். அதுவும் கொலை வழக்கு.

20. தேவர் கைது!

"ஆம்!" இம்மானுவேல் சேகரனைக் கொலை செய்யத் தூண்டியதாகச் சொல்லி, முத்துராமலிங்க தேவரைக் கைது செய்தனர்.

1957, செப்டம்பர் 26 முதல் 29 வரை காங்கிரஸ் சீர்திருத்தக் கட்சியின் மாநாடு மதுரை தமுக்கம் மைதானத்தில் நடைபெற்றது. காங்கிரஸ் கட்சிக்கு மாற்றாக 'இந்திய தேசிய ஜனநாயக காங்கிரஸ்' என்ற பெயரில் கட்சியை உருவாக்கவும், அதற்கான கொடியை முடிவு செய்யவும், எதிர்காலத்தில் கட்சியின் செயல்பாடுகள் பற்றி திட்டமிடவும் அந்த மாநாட்டில் விவாதித்தனர்.

நேரு

அந்த மாநாட்டை 26ஆம் தேதி தொடங்கிவைத்தார் முத்துராமலிங்க தேவர். அதில் லட்சக்கணக்கான மக்கள் கலந்து கொண்டனர். சட்டமன்ற உறுப்பினர்களும், எதிர்க்கட்சித் தலைவர்களும் கலந்துகொண்டனர். மாநாட்டுக்கு எச்.டி.ராஜா தலைமை தாங்கினார்.

மாநாட்டின் மூன்றாம் நாள் (28-9-57 அன்று பேசிய தேவர், ''என்னுடைய சொந்த ஊர் பக்கம் உள்ள கமுதி வட்டாரத் தில் உயர்ஜாதி இந்துக்களுக்கும், அரி னங்களுக்கும் ஒருவிதமான சச்சரவும் ஏற்படவே இல்லை. இருந்தாலும், என் சொந்த ஊரான பசும்பொன்னில் என் சமையல்காரர்களை யும், என் வேலைக்காரர்களையும் என் பந்துக்களையும் கைது செய்திருக்கிறார்கள்'' என்றார்.

G.O Ms.NO. 3036 Public (Secret) Department, date 30.10.57

இதில், காங்கிரஸையும், காமராசரையும் தாக்கிப் பேசினாரே தவிர அரிசன மக்களையோ, நாடார்களையோ தாக்கிப் பேசவில்லை..

மூன்றாம் நாள் நிகழ்ச்சி முடிந்து சி.ஆர்.சி தலைவரான டி.ஜி.கிருஷ்ணமூர்த்தியுடன் காரில் சென்று கொண்டு இருந்தார் தேவர். நாள் முழுக்க மாநாட்டு நிகழ்ச்சியில் இருந்த அலுப்பில் இருந்தார். நேதாஜி பத்திரிகை அலுவலகத்துக்குச் சென்று

சி.என்.அண்ணாதுரை

ஓய்வெடுக்க வேண்டும் என்று கூறிக்கொண்டிருந்தபோது, கார் வைகை ஆற்றுப் பாலத்தை நெருங்கியிருந்தது.

அப்போது இரவு மணி பத்தரை இருக்கும். அப்போது தேவரின் வாகனத்தை நிறுத்திய காவலர்கள், தேவரைக் கைது செய்வதாகக் கூறினார்கள். பொது வாழ்க்கைக்கு வந்தது முதல் தேவர் எத்தனையோ முறை சிறை சென்றிருக்கிறார். உண்மையில், பிரிட்டிஷார் காலத்தில் சிறைச்சாலை என்பது தேவருக்கு இன்னொரு வீடு போலவே இருந்தது. அப்போதெல்லாம் போராட்டத்தில் ஈடுபட்டதற்காகவே சிறை சென்றுள்ளார். ஆனால், முதன் முறையாக இப்போது ஒரு கொலைக்காகக் கைது செய்யப்படுகிறார்.

ஆனால் கைது குறித்து தேவர் கலங்கவில்லை. தன்னுடைய உருத்திராட்சத்தை டி.ஜி. கிருஷ்ணமூர்த்தியிடம் கழற்றிக் கொடுத்தார். "மக்களை அமைதியாக இருக்கச் சொல்லுங்கள்! அஞ்ச வேண்டாம். உண்மையே வெல்லும்" என்றார். காவலர்களுடன் வேனில் ஏறினார். முதலில் வேலூர் சிறையில் அடைக்கப்பட்ட அவர், பிறகு சென்னை மத்தியச் சிறைக்கு மாற்றப்பட்டார்.

இந்த இடத்தில் முதுகுளத்தூர் கலவரத்தைப் பற்றி முக்கிய அரசியல் தலைவர்களின் கருத்துக்களைப் பார்த்துவிடலாம்.

"இராமநாதபுரம் ஜில்லாவில் நடப்பது ஜாதி சண்டையல்ல. காட்டுமிராண்டித்தனம். புராதனமான அநாகரிகத்துக்கு

போய்க் கொண்டிருப்பது ஆச்சரியமாயிருக்கிறது. தனிப்பட்டவர்கள் செய்யும் முட்டாள்தனத்துக்கு நான் கவலைப்படவில்லை. அறிவாளிகள் அதை ஆமோதிப்பதற்காக அதிகம் வருந்துகிறேன்.

மனிதர் ஒருவரையொருவர் குத்தி, வெட்டி, கொலை செய்வதை யாரும் பார்த்துக் கொண்டிருக்க மாட்டார்கள்''

- பிரதமர் நேரு

"உயர்ந்த சாதியினருக்கும், தாழ்த்தப்பட்ட சாதியினருக்கும் இடையிலே மூண்ட ஒரு சண்டை என்றுமட்டும் இதனைக் கொள்வோர் எவரும், இரு சார்பிலும் சந்தர்ப்பத்தைப் பயன்படுத்திக்கொண்டு, எவரோ மூட்டிவிட்ட தீ என்றே கருதுவர். இத்தீயினை அணைப்பதில், ஆளும் கட்சி மிகப் பொறுப்பெடுத்திருந்தால், இந்த அவலநிலை ஏற்பட்டிருக்காது''

- சி.என். அண்ணாதுரை

"இதற்குப் பின்னணியில் இருப்பவர்கள் யாராயிருந்தாலும், அவர்கள் எத்தகைய உயர் பதவிப் போர்வைக்குள்ளே புகுந்து கொண்டிருந்தாலும், அவர்கள் வன்மையாகக் கண்டிக்கத்தக்கவர்களே!''

- மு. கருணாநிதி

''முதுகளத்தூரில் நடக்கும் ஜாதிச் சண்டையை நிறுத்த நான் என் கருப்புச் சட்டைப் படையை அனுப்ப மாட்டேன். அங்கே போய்ச் சும்மா சாகவா? அல்லது தமிழனைத் தமிழன் சாகடிக்கவா? ஜாதிகள் ஒழிந்தாலொழியச் சண்டைகள் தீராது''

- பெரியார்

முதுகுளத்தூர் கலவரத்துக்காக ஈழத்திலிருந்த இலங்கை தமிழர் அமைப்புகளும் கண்டனக் குரல்கள் கொடுத்தனர்.

காங்கிரஸ் ஆட்சியையும் கட்சியையும் விமரிசிக்க பலரும் முதுகுளத்தூர் கலவரத்தையும், தேவர் மீதான கைது நடவடிக்கையை யும் பயன்படுத்திக் கொண்டார்கள். ஆனால், பெரியார் மட்டும் அரசுக்கு ஆதரவு சக்தியாக இருந்து, தேவரின் கைது நடவடிக்கையைப் பாராட்டினார்.

''கலவரத்தில் ஈடுபட்ட சமூக விரோதிகளைக் கடுமையாகத் தண்டித்து, சமூக ரீதியாக ஒடுக்கப்பட்ட மக்களுக்குப் பாதுகாப்பு ஏற்படுத்தாவிட்டால், அம்மக்களின் சார்பில் போராட்டத்தில் குதிப்பேன்'' என்றார் பெரியார்.

தேவர் கைது செய்யப்பட்ட செய்தி பரவியதும் மதுரை, ராமநாதபுரம் உள்ளிட்ட பகுதிகளில் மீண்டும் கலவரம் வெடிக்கும் சூழ்நிலை உருவானது. தேவரைக் கைது செய்தது குறித்து அரசுத் தரப்பில் பல காரணங்கள் கூறப்பட்டன.

அதில் மிக முக்கியமானது, ''தேவர் தனது பேச்சாலும், செயலாலும் ரகசிய மோதலை உண்டாக்கி வருகிறார். அவரைக் கைது செய்யாவிட்டால், மேலும் பல வகுப்புக் கலவரங்கள் மற்றும் சட்டவிரோதச் செயல்களில் பலரும் இறங்கக்கூடும். மாநிலத்தின் பாதுகாப்பு கருதி தேவரை 1950ஆம் ஆண்டு தடுப்புக்காவல் சட்டத்தின் கீழ் கைது செய்தோம்'' என்றது அரசு.

தேவரின் கைது நடவடிக்கை பற்றியும், முதுகுளத்தூர் கலவரம் பற்றியும் சட்டசபையில் பெரும் விவாதம் எழுந்தது.

சத்தியவாணிமுத்து எம்.எல்.ஏ

''இந்தப் பூசல் இதற்காகத்தான் ஏற்பட்டது என்று போலீஸ் அமைச்சர் அவர்கள் தமது அறிக்கையில் விளக்கம் தந்து இருக்கிறார்கள். 1930ஆம் ஆண்டிலிருந்து தொடர்ச்சியாக நிகழ்ச்சி யைப் பற்றிச் சொல்லிக் கொண்டுவந்த போலீஸ் அமைச்சர் அவர்கள், 1932வது ஆண்டைக் குறிப்பிட்டு இருக்கிறார்கள். 32வது ஆண்டு வரையிலும் குறிப்பிட்டிருக்கிற கனம் அமைச்சர் அவர்கள், ஒரே அடியாக 1949ம் ஆண்டிற்குத் தாவுகிறார்கள். இடையிலே

இருக்கின்ற 17 ஆண்டுகள் என்னவாயிற்று? சர்க்கார் அறிக்கைப்படி மறவர்களும், ஆதிதிராவிட மக்களும் ஒருவர் வீட்டிலே ஒருவர் பெண் கொடுக்கிற அளவுக்கு வாழ்ந்து வந்திருக்கிறார்களா? என்பதை அவர்கள் தெரிவிக்க வேண்டும்.

உண்மையிலேயே உடனுக்குடன் நடவடிக்கை எடுத்திருக்க வேண்டும். அவ்விதம் செய்தால்தான் குற்றவாளிகளின் பேரில் உண்மையான நடவடிக்கை எடுக்கப்பட்டதாகக் கூற முடியும். தேவர் அவர்கள் பேசிய பேச்சுக்களின் தியதிகள் என்ன? அந்த தியதிகளில் பேசிய பேச்சுக்கு இப்போது நடவடிக்கை எடுக்கப்படுகிறது என்றால் இதன் அர்த்தம் என்ன? இந்த சர்க்கார் உண்மையிலேயே தாழ்த்தப்பட்ட மக்களுக்கு வேண்டிய வேலை செய்து வருகிறது என்று சொன்னால் அவர்களுடைய கஷ்டங்களை ஏன் முன்னாலே நிவர்த்தி செய்து கொடுத்திருக்கக் கூடாது?''

பி.எஸ்.சந்தானம், எம்.எல்.ஏ.,

''கலெக்டர் சமாதானக் கமிட்டியில் ஒரு தீர்மானத்தை நிறைவேற்றி, அதில் எல்லோரும் கையெழுத்திட வேண்டுமென்று கட்டளையிட்டதாகவும், ஹரிஜனப் பிரதிநிதியாக இம்மானுவேல் சேகரன் கையொப்பமிட்டவுடன், முத்துராமலிங்கத் தேவர் மிகவும் கேவலமாக மதித்து, ''அவன் கையெழுத்திட்ட இடத்தில் நான் கையெழுத்திட மாட்டேன்'' என்று மறுத்தாகவும் கூறப்படுகிறது.

இப்படி அவர் ஹரிஜன சமூகத்தை இழிவுபடுத்தும் முறையில், அரசாங்க உயர்தர அதிகாரியின் முன்னால் நடந்து கொண்டிருந்தும், சர்க்கார் உண்மையிலேயே அந்தச் சமூகத்தின் முன்னேற்றத்திற்குப் பாடுபடுவதாக இருந்தால், ஏன் அவர் பேரில் நடவடிக்கை எடுத்திருக்கக் கூடாது? ஹரிஜனங்களை யாராவது இழிவு செய்தால், அவர் பேரில் நடவடிக்கை எடுத்துக் கொள்ளலாம் எனச் சட்டம் செய்திருப்பது இந்த அரசாங்கம்தான். இந்த அரசாங்கத்தின் உயர் அதிகாரியின் முன்னே, அவர் அப்படிச் செய்தபோது அவர் பேரில் நடவடிக்கை எடுத்திருக்க வேண்டும்.''

சி.என்.அண்ணாதுரை

''25 ஆண்டுகளாக நான் பொது வாழ்வில் இருக்கின்றேன். நான் பரமகுடிக்கு அப்பால் போய் பேசியதில்லையே என்று எண்ணியதுண்டு. அங்கெல்லாம் நம் கழகம் பரவவில்லையே என்று எண்ணிக் கொண்டிருந்தேன். இப்பொழுது நான் எண்ணிக் கொள்ளுகிறேன், நல்ல வேளையாகப் பரவவில்லை என்று. பரவியிருந்தால், அங்கே மூட்டப்பட்ட தீயிலே எந்த அளவுக்கு

எங்களுக்கும் பங்கு உண்டு என்று சொல்லப்படுமோ, அங்கே நடந்த கொலைகளுக்கு நாங்கள் எத்தனை பேர்களைத் தூண்டிவிட்டோம் என்று சொல்லப்படுமோ, தெரியாது. எங்கள் கழகத்துக்கு ஏற்பட்ட வளர்ச்சி நல்ல வேளையாக பரமக்குடிக்கு அப்பால் தாண்டவில்லை என்று இப்பொழுது கொஞ்சம் சந்தோஷப்பட்டுக் கொள்கிறேன்.''

28.10.1957 அன்று சட்டசபையில் பேசிய சசிவர்ணத்தேவர் உண்மையிலேயே அரிசனங்களுக்கும், மறவர்களுக்கும் சமாதானத்தை உண்டாக்கி வைக்க இம்மானுவேல் பாடுபட்டார் என்றும், காங்கிரஸ் கட்சி அவரைத் தவறான வழியில் பயன்படுத்திக் கொண்டதாகவும் கூறினார்.

Madras Legislative Assembly debates (MLAD), 28th Oct 1957, p.143

ராமநாதபுரம் மாவட்டத்தில் நடந்த கலவரம், அதையொட்டி பசும்பொன் முத்துராமலிங்கத் தேவரைக் கைது செய்து வேலூர் சிறையில் அடைத்தது இரண்டையும் கம்யூனிஸ்ட் கட்சித் தலைவர் எம்.கல்யாணசுந்தரம் கண்டித்தார். அதுமட்டுமில்லாமல், காமராசர் அரசு மீது நம்பிக்கையில்லாத் தீர்மானம் கொண்டு வந்தார்.

அப்போது பேசிய சி.என்.அண்ணாதுரை, ''இந்தக் கலவரம் சம்பந்தப்பட்ட துப்பாக்கிப் பிரயோகத்தின் மீது நீதிமன்ற விசாரணை தேவையில்லை இன்று கனம் அமைச்சர்கள் சொல்லும் போது, ''அது தேவை'' என்று வற்புறுத்த விரும்புகிறோம். ஆனால் அதை இந்த நம்பிக்கையில்லாப் பிரேரணையின் மூலம் வற்புறுத்துவோமானால், இரண்டு மந்திரிகளின் மீது எங்களுக்கு நம்பிக்கை இல்லை என்பதையும் வற்புறுத்துபவர்கள் ஆவோம்; அப்படிச் செய்து அதன் விளைவுகளுக்கு கனம் அமைச்சர் களை உட்படுத்த விரும்பவில்லை. இந்தக் காரணங்களினால், இந்தச் சர்க்காரின் போக்கை, நீதி விசாரணை அமைக்க ஒப்புக்கொள்ளாததற்காகக் கண்டிக்கும் முறையில் நானும் என்னுடைய கட்சி உறுப்பினர்களும் இப்போது இந்த மன்றத்தை விட்டு வெளியேறுகிறோம்'' என்றார். அதனைத் தொடர்ந்து அவைக்கு வந்திருந்த எல்லா தி.மு.க உறுப்பினர்களும் வெளியேறினர்.

நம்பிக்கையில்லாத் தீர்மானம் ஓட்டெடுப்புக்கு விடப்பட்டது. ஆனால், எம்.கல்யாணசுந்தரம் நினைத்தது போல் நடக்கவில்லை. காமராசருக்கு எதிராகக் கொண்டுவரப்பட்ட தீர்மானம் தோல்வியில் முடிந்தது.

தேவர் மீதான கைது நடவடிக்கையை எதிர்த்து பல இடங்களில் போராட்டங்கள், கூட்டங்கள் நடத்தப்பட்டன. அரசுக்கு எதிராக கடையடைப்பு நடத்தப்பட்டது.

அக்டோபர் 5, 1957 அன்று தேவரின் கைது நடவடிக்கையைக் கண்டித்து எதிர்க்கட்சியினர் முழு அடைப்புக்கு வேண்டுகோள் விடுத்தனர். மதுரை, திருமங்கலம், உசிலம்பட்டி, மேலூர், திருப்புவனம் ஆகிய இடங்களில் முழு அடைப்பு நடந்தது.

மதுரையில் கம்யூனிஸ்ட் தலைவர் கே.டி.கே.தங்கமணி தலைமையில் தேவரை விடுதலை செய்ய வேண்டும் என்று கூட்டம் நடந்தது. அதில், கலவரம் தொடர்பாக நீதி விசாரணை நடத்த வேண்டும் என்பதை வலியுறுத்தினார். வள்ளியூரில் ஜி.எம்.கணபதி என்பவர், தேவரை விடுதலை செய்யக் கோரி தாடி வளர்ப்போர் மாநாடு நடத்தினார். அதில், ஆயிரக்கணக்கான பேர் தாடியோடு மாநாட்டில் கலந்து கொண்டனர்.

தேவருக்கு ஆதரவாக அமைதியான முறையில் மட்டுமில்லாமல், அதிரடியான முறையிலும் நடவடிக்கைகள் மேற்கொண்டனர். மதுரை தெற்குப் பகுதியில் காமராஜரால் நுழையவே முடியாத சூழ்நிலை உருவானது. செருப்பு வீசுதல், கல்லெறிதல் போன்ற சம்பவங்களும் நடந்தன.

சிவகாசி அருகே இருக்கும் பூவநாதபுரம் என்ற கிராமத்துக்கு அப்போதைய அமைச்சர் சி.சுப்பிரமணியம் வந்திருந்தார். அப்போது, அவர் மேடையில் பேச, அவர் முகத்தில் சாணி வீசி தாக்குதல் நடத்தினர். இதில், அவருடைய மூக்குக் கண்ணாடி உடைந்தது.

ஒரு நிகழ்ச்சிக்காக காந்தி கிராமத்துக்கு நேரு வந்திருந்த போது, ஃபார்வர்ட் பிளாக் கட்சியினரும், ஜனநாயக காங்கிரஸ் கட்சியினரும் ஆர்ப்பாட்டத்தில் ஈடுபட்டனர்.

அரசியல் ரீதியான போராட்டங்கள், கூட்டங்கள் ஒருபுறம் நடக்க இன்னொரு பக்கம் தெய்வ வழிபாடுகளும் நடந்தன. தேவர் விடுதலையாக வேண்டும் என்று பலர் கோயில்களில் பிரார்த்தனை செய்தார்கள். உண்ணா நோன்பு இருந்தார்கள்.

21 கொலை வழக்கு விசாரணை!

"நவம்பர் 5, 1957. பரமக்குடி சப் மாஜிஸ்ட்ரேட் முன்பு இம்மானுவேல் சேகரன் கொலை வழக்கு விசாரணைக்கு வந்தது. அந்த வழக்கில் 12 பேர் மீது குற்றம்சாட்டப்பட்டிருந்தது. முதல் குற்றவாளியாக, முத்துராமலிங்க தேவரின் பெயர் இருந்தது.

அரசியல் பழிவாங்கலுக்காகவே தேவர் கைது செய்யப்பட்டுள்ளார் என்று ஆலோசனைக்குழுவிடம் தேவர் சார்பில் மனு கொடுக்கப்பட்டது. ஆனால், அந்த மனு தள்ளுபடி செய்யப்பட்டது.

பெருமாள் பீட்டர்

பின்னர் அந்த வழக்கை விசாரிப்பதற்காக சிறப்பு நீதிமன்றம் அமைக்கப்பட்டது. தேவரின் சார்பாக சென்னை வழக்கறிஞரான வி.ராஜ கோபால் ஆச்சாரியார், நாராயணசாமி முதலியார், மதுரை கே.குப்புசாமி ஐயர் ஆகியோர் வாதாடினர். அரசுத் தரப்பில் வி.எல்.எத்திராஜ், எஸ்.கிருஷ்ணசாமி ரெட்டியார் ஆகியோர் ஆஜரானார்கள். முதல் மாஜிஸ்ட்ரேட் வி.ஆர்.வரதராஜன் முன்னிலையில் விசாரணை நடந்தது.

விசாரணை தொடங்கியது. முத்து ராமலிங்கத் தேவரும், குற்றம் சாட்டப் பட்ட மற்றவர்களும் சிறையிலிருந்து நீதிமன்றத்துக்குக் கொண்டுவரப்பட்டிருந்தார்கள். பல்லாயிரக் கணக்கான மக்கள் முத்துராமலிங்கத் தேவரைப் பார்ப்பதற்கும், விசாரணையைக் கவனிப்பதற்கும் திரண்டிருந்தார்கள். கோர்ட்டில் கூடிய கூட்டத்தினர் உணர்ச்சிவேகத்தில் ஏதேனும் செய்துவிடுவார்களோ என்ற அச்சம் பலருக்கும் இருந்தது.

அரசுத்தரப்பு வழக்கறிஞர் எத்திராஜ் நீதிபதியிடம் ஒரு வேண்டுகோள் விடுத்தார்.

"கனம் நீதிபதி அவர்களே! இந்த வழக்கில் முக்கியக் குற்றவாளியான முத்துராமலிங்கத் தேவர் மக்களின் அன்புக்குரிய ஒரு தலைவர், ஏராளமான மக்கள் அவரைப் பின்பற்றுகிறார்கள். நாடாளுமன்ற உறுப்பினராகவும் அவர் உள்ளார். விசாரணைக் காலத்தில் அவர் நின்று கொண்டே இருப்பது சரியாகத் தோன்றவில்லை. அவர் அமருவதற்கு ஒரு நாற்காலியை, அவர் நிற்குமிடத்தில் போட ஆணையிடுமாறு கேட்டுக்கொள்கிறேன்."

அனைவரும் வழக்கறிஞர் எத்திராஜை வியப்புடன் பார்த்தார்கள். எதிராஜ் கூறியதற்கு இணங்க முத்துராமலிங்கத் தேவருக்கு நாற்காலி போடப்பட்டது.

நீதி விசாரணைக்கு வசதியாக தேவரை சென்னையிலிருந்து புதுக்கோட்டைச் சிறைக்கு மாற்றினர். புதுக்கோட்டையில் இயங்கி வந்த சிறப்பு நீதிமன்ற விசாரணை ராமநாதபுரம் மாவட்ட செஷன்ஸ் நீதிமன்றத்துக்கு மாற்றப்பட்டது. நீதிபதி எம்.அனந்தநாராயணன் விசாரணை நடத்தினார். அரசுத் தரப்பில் 33 பேர் சாட்சியம்

அளித்தார்கள். குற்றம் சாட்டப்பட்டவர்களின் சார்பில் நான்கு பேர் சாட்சியம் அளித்தனர்.

இந்த வழக்கில் தேவருக்கு எதிரான சாட்சியங்களில் பெருமாள் பீட்டரின் சாட்சியம் மிக முக்கியமானது.

''ஒரு ஹரிஜன இளைஞரை நம்மை எதிர்த்துப் பேசவிட்டு விட்டீர்களே, நீங்கள் மறவர்களா என்று தமது ஆதரவாளர்களிடம் முத்துராமலிங்கத் தேவர் கூறியதை நான் கேட்டேன்'' என்று நீதிமன்றத்தில் பெருமாள் பீட்டர் சாட்சியம் அளித்தார்.

1959 ஜனவரி 7ஆம் தேதி. பிற்பகல் இரண்டு மணிக்கு, 50 பக்கங்கள் கொண்ட தீர்ப்பைப் படித்தார் நீதிபதி அனந்தநாராயணன். அதில், ''தேவர் மீதான எந்தக் குற்றமும் நிரூபிக்கப்படவில்லை'' என்றார். மேலும், இம்மானுவேல் கொலையில் தேவருக்குத் தொடர்பு இருப்பதற்கான எந்த சாட்சியமும் இல்லாததால் அவர் குற்றமற்றவர் என்றும் தீர்ப்பளித்தார். மீதமிருந்த 10 பேரில் ஏழு பேருக்கு சந்தேகத்தின் பலனை அளித்து, அவர்களை விடுதலை செய்தார் நீதிபதி. மூன்று பேரை குற்றவாளிகள் என்று தீர்மானித்து, அவர்களுக்குத் தூக்குத் தண்டனை வழங்கப்பட்டது.

அதனைத் தொடர்ந்து தேவர் சிறையில் இருந்து விடுதலையானார். அவருக்காகக் காத்திருந்த மக்கள் மகிழ்ச்சியில் ஆரவாரம் செய்தனர். அவரை வாழ்த்தி கோஷம் எழுப்பினர்.

தேவர் விடுதலையானதும் புதுக்கோட்டை சாந்தாரம்மன் கோயில், பிரஹதாம்பாள் கோயில், ஐயனார் கோயில் போன்ற கோயில்களுக்குச் சென்றார். பிறகு ஆடுதுறைக்குப் போனார். அவரின் குடும்ப குருநாதர் ஸ்ரீலஸ்ரீ சைதன்ய சுவாமிகளின் சமாதிக்குச் சென்று அஞ்சலி செலுத்தினார். பிறகு சென்னை சென்றார்.

ஜனவரி 23, 1959. நேதாஜி பிறந்த நாள். மதுரையில் ஆலய வழிபாடுகளை எல்லாம் முடித்துக்கொண்டு, மாலை நடக்கவிருந்த கூட்டத்துக்குத் தயாராக இருந்தார் தேவர். தமுக்கம் மைதானத்தில் ஃபார்வர்ட் பிளாக் கட்சியும், ஜனநாயகக் காங்கிரஸ் கட்சியும் இணைந்து நடத்திய பொதுக்கூட்டம். நான்கு குதிரைகள் பூட்டிய சாரட் வண்டியில் அலங்கரிக்கப்பட்ட மிகப்பெரிய நேதாஜி படம். அந்த வண்டியில் கம்பீரமாக தேவர் அமர்ந்துகொண்டு, மேல மாசி வீதி, வடக்கு மாசி வீதி என அனைத்து வீதிகளையும் உலா வந்தார். இறுதியில் தமுக்கம் மைதானத்தில் வந்திறங்கினார். திரண்டிருந்த மக்கள் கூட்டத்தில் தேவர் பேசினார்.

பிறகு, சேலம், கோவை, நெல்லை, இராமநாதபுரம், திருச்சி, தஞ்சை, தென் ஆற்காடு, வட ஆற்காடு மாவட்டங்களில் நடந்த பல பொதுக்கூட்டங்களில் தேவர் பேசினார்.

உண்மையில், பிப்ரவரி 17, 1959 அன்று டெல்லி நாடாளுமன்றத்தில் தேவர் பேசிய உரை மிக முக்கியமானது. அன்று பல உறுப்பினர்கள் இருபது நிமிடங்களுக்கு மேல் பேசினார்கள். தேவர் பேசுவதற்கு மாலை 4:45 மணிக்கு வாய்ப்பு வழங்கப்பட்டது. 5 மணிக்கு நாடாளுமன்றம் முடியும் நேரம்.

தேவர் பேசத் தொடங்கி பதினைந்து நிமிடங்களான பிறகு பேச்சை முடித்துக் கொள்ளுமாறு கூச்சலிட்டனர். அப்போது, தனக்கு முன் பேசியவர்கள் அதிகமான நேரம் எடுத்துக் கொண்டதால் தனக்கு இன்னும் சில நிமிடங்கள் வேண்டும் என்று அவைத்தலைவரிடம் கேட்டுக் கொண்டார் தேவர்.

அன்று நாடாளுமன்றத்தில் தேவர் காஷ்மீர் பிரச்சனை குறித்து பேசினார். அடுத்த நாள் இண்டியன் எக்ஸ்பிரஸ் நாளிதழ் "நெருப்பு போன்ற பேச்சு" என்று தேவரின் பேச்சை வர்ணித்திருந்தார்கள்.

22. தேவர் மறைந்தார்!

▶ அண்ணாதுரை, எம்.ஜி.ராமச்சந்திரன், எஸ்.எஸ்.ராஜேந்திரன், சா.கணேசன் எம்எல்ஏ ஆகியோர் துக்கம் விசாரிக்க பசும்பொன்னுக்கு வந்திருந்தார்கள்

" 1959 மார்ச் 26 அன்று நடந்த மதுரை நகராட்சித் தேர்தல். ஜனநாயக காங்கிரஸ், கம்யூனிஸ்ட், தி.மு.க ஆகிய கட்சிகளுக்கு ஆதரவளித்தார் தேவர். ஒவ்வொரு வார்டிலும் தேவர் ஐந்தைந்து நிமிடங்கள்தான் பேசினார். அதன் விளைவு தேர்தல் முடிவில் தெரிந்தது.

அதுவரை காங்கிரஸ் கட்சியிடம் இருந்த மதுரை நகராட்சி தேவர் ஆதரித்த கூட்டணியின் கைகளுக்குச் சென்றது. அவர் ஆதரவு பெற்ற தேவசகாயம் மதுரை நகராட்சியின் தலைவரானார்.

1960 ஆம் ஆண்டு. திருச்சியில் ஓய்வெடுத்துக் கொண்டிருந்த தேவரை இரங்கூன் 'ரசிகரஞ்சனி'ஆசிரியர் பேட்டி எடுக்க வந்தார். அப்போது, சமீபத்திய தேர்தல் கமிஷன் அறிவிப்புகள், ஃபார்வர்ட் கட்சிக்கான சின்னம் ஒதுக்கீடு போன்ற கேள்விகளைக் கேட்டார்.

அப்போது, பொதுத்தேர்தல் பற்றியும் கேள்வி கேட்டனர். ''அரசியல் கட்சிகளெல்லாம் தேர்தல் பிரசாரங்களில் தீவிரமாக இறங்கிவிட்டன. ஆனால் ஃபார்வர்டு பிளாக் கட்சி மட்டும் இன்னும் மௌனமாக இருக்கிறதே!''

''பிரசாரம் செய்வதற்கு இப்பொழுது என்ன இருக்கிறது? நியாயமில்லாத செயல்கள் - அர்த்தமில்லாத பேச்சுகள் இவைதான் நடைபெறுகின்றன. தேர்தலைப் பற்றிச் சொல்வதற்கு உருப்படியாக ஒன்றுமில்லை. நேரம் வரும்பொழுது பார்ப்போம்'' என்று பதிலளித்தார் தேவர்.

''ஃபார்வர்ட் பிளாக் கட்சி பற்றிய செய்திகளே கிடையாது, தேவர் மௌனமாக இருக்கிறார் என்ற நிலை ஃபார்வர்டு பிளாக் ஆதரவாளர்களுக்கு மனக்கவலையை உண்டாக்காதா?'' என்று கேட்டார் பத்திரிகை ஆசிரியர்.

தேவர் சிரித்துக் கொண்டே, 'சொன்னதையே திரும்பச் சொல்வதைத் தவிர இப்பொழுது புதிதாகச் சொல்வதற்கு ஒன்றுமே இல்லையே! மக்களுக்கு எடுத்துக்காட்ட வேண்டிய பிரச்னைகள் புதிதாகத் தோற்றமளிக்காத வரையில் வீண் பேச்சுகளில் நேரத்தை செலவிடுவது பிரயோசனமற்றதாகும். ஏதாவது சொல்ல வேண்டியது என்று தோன்றினால், சொல்ல வேண்டிய நேரத்தில் சொல்கிறேன்' என்றார் தேவர்.

பத்திரிகை ஆசிரியர் புறப்படுவதற்கு முன்னால், ''பர்மாவில் உள்ளவர்களைக் கேட்டதாகச் சொல்லவும்'' என்றார் தேவர்.

1962 பொதுத்தேர்தல் நெருங்கும் சமயம். தேவரின் உடல்நிலை பாதிக்கப்பட்டிருந்தது. அதேசமயம், சிறைவாசமும் உடல்நிலையும் அவரின் மன உறுதியை பாதிக்கவில்லை. காங்கிரஸுக்கு எதிராக தன்னால் முடிந்த அளவுக்கு செயல்படவேண்டும் என்ற அடிப்படையில் தேர்தலில் போட்டியிட்டார்.

அந்தத் தேர்தலில் ஃபார்வர்ட் பிளாக் கட்சியுடன் ராஜாஜியின் சுதந்தரா கட்சியும், தி.மு.கவும் கூட்டாகப் போட்டியிட முயற்சிகள் மேற்கொள்ளப்பட்டன. ஆனால், அது நடக்கவில்லை. ஃபார்வர்ட் பிளாக்குடன் ராஜாஜி மட்டும் கூட்டணி வைத்துக்கொண்டார்.

ஜனவரி 14, 1962 அன்று மதுரை தமுக்கம் மைதானத்தில் தேவரும், ராஜாஜியும் ஒன்றாகப் பேசவிருந்தார்கள். அந்த பொதுக்கூட்டத்தில் தேவரால் நிற்கக்கூட முடியவில்லை. அமர்ந்தபடியே பேசினார்.

அவர் பேசும்போது, 'என் உடல்நிலை காரணமாக எல்லாத் தொகுதியிலும் வந்து பிரசாரம் செய்ய முடியாது. அதனால், நான் வந்தால்தான் ஓட்டுப் போடுவோம் என்று நினைக்காமல், நான் ஆதரிக்கும் வேட்பாளர்களை வெற்றிபெறச் செய்யவேண்டும்' என்று கேட்டுக்கொண்டார்.

அத்துடன், ''நானும் ராஜாஜியும் கூட்டு சேர்ந்திருப்பதன் காரணம் சொந்த நோக்கமல்ல, அக்கிரமச் சூழலில் சிக்கித் தவிக்கும் மக்களுக்குச் சேவை செய்து, தேசியத்தைக் காப்பதுதான் நோக்கம்' என்று அழுத்தமாகச் சொன்னார் தேவர்.

உடல்நிலை காரணமாக தேவரால் முழுமையான பிரசாரத்தில் ஈடுபடமுடியவில்லை. ஆனால், மக்கள் அவரை வெற்றிப்பெற வைத்துவிட்டார்கள். அருப்புக்கோட்டை நாடாளுமன்றத் தொகுதியில் தேவர் வெற்றிபெற்றார். தேவர் கூறியது போலவே அவர் கட்சியின் வேட்பாளர்களான சசிவர்ணத் தேவர், மூக்கையாத் தேவர், ஏ.பெருமாள் ஆகியோரும் வெற்றிபெற்றனர்.

முதுகுளத்தூர் கலவரத்துக்கு தேவர்தான் காரணம் என்ற விமரி சனங்களுக்கு மத்தியில், அந்தத் தொகுதியில் தேவரின் ஆதரவுபெற்ற சசிவர்ண தேவர் வெற்றிபெற்றிருந்தார். ஆனால், ஒட்டுமொத்த தமிழகத்திலும் காங்கிரஸ் கட்சியே வெற்றிபெற்று, ஆட்சியைப் பிடித்திருந்தது.

தேர்தல் முடிவைத் தெரிந்துகொண்ட தேவர், ''இந்தத் தேர்தலில் காங்கிரஸ் தப்பிப் பிழைத்திருந்தாலும், வருங்காலத் தேர்தல்களில் வெற்றி பெறுவது கடினம்'' என்றார். அந்தத் தேர்தலில் தி.மு.க ஐம்பது இடங்கள் பெற்று, வலுவான எதிர்கட்சியாக இருந்தது.

தமுக்கம் மைதானத்தில் தேவர் பேசியதுதான் இறுதிப் பேச்சாக இருந்தது.

தேர்தலில் தேவர் வெற்றி பெற்று இருந்தாலும், உடல்நலம் காரணமாக அவரால் பதவிப் பிரமாணம் எடுத்துக்கொள்ள முடிய வில்லை. தேர்தலில் வெற்றி பெற்றவர்கள் ஆறு மாதங்களுக்குள் பதவிப் பிரமாணம் எடுத்துக்கொள்ள வேண்டும். ஆனால், தேவரின் உடல்நலக் குறைவு காரணமாக ஒன்றரை ஆண்டு காலம் பதவிப் பிரமாணம் எடுத்துக்கொள்ளவில்லை. தேவருக்காக சட்ட விதிகளைத் தளர்த்திக் கொண்டது அரசு.

தேவர் உடல் நலம் குன்றி இருப்பதை அறிந்து, அகில இந்திய பார்வர்ட் பிளாக் கட்சியின் அகில இந்திய பொது செயலாளர் ஆர்.கே.ஹல்துல்கர் திருச்சிக்கு வந்து தேவரைச் சந்தித்தார். அவரின் உடல்நிலை பற்றி விசாரித்தார்.

அப்போது தனது உடல்நிலை சரியில்லாததால், சசிவர்ணத் தேவரை அகில இந்திய ஃபார்வர்ட் பிளாக் கட்சியின் தமிழகக் கிளைக்குத் தலைவராக நியமிக்கச் சொன்னார். அவரின் விருப்பப்படி சசிவர்ணத் தேவர் ஃபார்வர்ட் பிளாக்கின் தமிழகத் தலைவரானார்.

பி.கே.மூக்கையாத் தேவர் பொதுச் செயலாளராகவும், ஏ.ஆர். பெருமாள், பசுமை எஸ்.என்.ரத்தினம் அய்யர், ஏ.பெருமாள் மூவரையும் உறுப்பினர்களாக கொண்ட அட் ஹாக் கமிட்டி ஒன்றையும் அமைத்தனர். தனது உடல்நலக் குறைவு கட்சிப் பணிகளை எவ்விதத்திலும் பாதிக்கக் கூடாது என்று கட்சியில் நிர்வாக மாற்றங்களை மேற்கொண்டிருந்தார் தேவர்.

தேவருக்கு சிறுநீரகக் கோளாறு என்று மருத்துவர்கள் கூறினர். உடல்நிலை மேலும் மோசமாகவே, மதுரை மிஷன் மருத்துவ மனையில் அனுமதிக்கப்பட்டார் தேவர். அங்கு சிகிச்சை பலன் தராததால், வேலூர் மருத்துவமனைக்கு அழைத்துச் சென்றனர். அங்கு தேவரின் உடல் ஓரளவுக்குத் தேறியதால் மதுரை திரும்பினார்.

ஆனால், மறுபடியும் தேவரின் உடல் மோசமானது. அதைப் புரிந்துகொண்ட தேவர், ஆங்கில மருத்துவத்தை மறுத்து, சித்த வைத்திய சிகிச்சையை எடுத்துக்கொண்டார்.

அக்டோபர் 29, 1963. அதிகாலை 5 மணி. ஐம்பத்தைந்து வயதான தேவர் மரணத்தைத் தழுவினார். அவரின் உடலைப் பார்க்க மக்கள் கூட்டம் அலை மோதியது. அவரது உடலை பசும்பொன் கிராமம் முழுக்க ஊர்வலமாகக் கொண்டு சென்றனர். இறுதியில் இந்து முறைப்படி அவரது உடலை அவரது சொந்த ஊரான பசும்பொன்னில் அடக்கம் செய்தனர்.

பசும்பொன் தேவர் மறைந்தபோது..

தேவர் இறந்தபோது முக்கியத் தலைவர்கள் பலரும் இரங்கல் தெரிவித்தனர்.

ஈ.வெ.ரா.பெரியார்

> திரு.முத்துராமலிங்கத் தேவர் நாட்டுக்காகப் பெருஞ்சேவை செய்தவர். தனக்காக எதையுமே எதிர்பாராதவர்.

தைரியசாலி- மறைக்காமல் உண்மைகளை வெளியிடுபவர் - நல்ல தியாகி - அவரது வீரப் பேச்சுகளால் எத்தனையோ தியாகிகள் உண்டானார்கள். அவரது சேவையால் நாடு நலம் பெற்றது. அவர் மறைந்துவிட்டார். அவரை நிகர்த்த சுத்தமான பெருந்தலைவர்கள், தமிழ் நாட்டில் மிக அரிதாகத்தான் பிறக்கிறார்கள். அவரை இழந்துவிட்டது நாடு - அதை ஈடுசெய்வது கடினம்.

எம்.ஜி.ஆர்.

ஆயிரம் வருடங்களுக்கு முன்பும் சரி, ஆயிரம் வருடங்களுக்குப் பின்பும் சரி தேவர் மாதிரி சுத்த வீரத்தலைவர் பிறந்ததுமில்லை - பிறக்கப் போவதுமில்லை. அவ்வளவு பெரிய மேதையை நினைக்கும் போதே வணங்கத் தோன்றுகிறது. அவரது மறைவு எனது இதயத்தையே இயங்கவிடாமற் செய்துவிட்டது.

சி.என்.அண்ணாதுரை

திரு.தேவர் அவர்களை பல வருடங்களுக்கு முன் நான் ஒரு தடவைதான் பார்த்திருக்கிறேன். பெருந்தலைவரான டாக்டர் வரதராஜுலு நாயுடுவுடன் பெரியாரைப் பார்க்க வந்த தேவர் அவர்கள், அன்றைய அறம் வளர்த்த பாண்டிய மன்னர்களின் ஒருமித்த இளவல் மாதிரி கம்பீரமாகக் காட்சியளித்தார்.

பிறகு இன்று அந்தப் பெருந்தலைவரைச் சவமாகப் பார்க்கும் போது உள்ளங்குமுறுகிறது. வார்த்தைகள் வெளிவர மறுக்கின்றன. தன்னிகரற்ற தலைவர் என்பதற்கு அவருக்காக இங்கு கண்ணீர் வடித்துக் கதறும் பல லட்சம் மக்களே சான்று. அவரது தூய பாதையைத் தொடருவோம்.

பி.டி.ராஜன்

திரு .தேவர் சமயத்துறையில் இணையற்ற தலைவர். அவரது மரணம், கல்வி இயக்கங்களுக்கும் சமயத்துக்கும் நஷ்டம்.

கே.நாரயணசாமி முதலியார்- தேவரின் வழக்கறிஞர்

இவ்வளவு பெரிய தலைவர், இவ்வளவு அடக்கமாக நடந்து கொண்டதை நினைத்துப் பூரித்த எனக்கு அவரது மரணச் செய்தி பெரும் கலக்கமாக இருக்கிறது.

பி. கக்கன் (உள்துறை அமைச்சர்)

முத்துராமலிங்கத்தேவரின் மரணத்துக்கு எனது இதய பூர்வமான அனுதாபத்தை ஏற்றுக் கொள்க.

ராஜாஜி

பல லட்சம் மக்களின் மனதினை ஆண்ட அந்த பெரும் வீரரின் தேசபக்தியும், தெய்வீக நம்பிக்கையும் ஒப்பற்றவை.

காமராசர்

தேவரின் மரணம் குறித்து மிகவும் வருந்துகிறேன். சுதந்திரப் போராட்டத்தில் நேர்மையுடனும், தைரியத்துடனும் ஈடுபட்டார். மனதுக்கு சரி என்று பட்ட கொள்கையை தைரியத்துடன் சொல்லக் கூடியவர்.

ம.பொ.சி.

அவர் (தேவர்) யாருக்கும், எதற்கும் அஞ்சாத இயல்புடையவர். இந்த குணம் காரணமாக அவர் அடைந்த இன்னல்கள் எண்ணி முடியாதவை. வீர சொர்க்கம் என்கிறார்களே, அப்படி ஒன்று இருக்குமாயின் வீரர் தேவர் அங்குதான் சென்றிருப்பார்.

சி.பா. ஆதித்தனார்

தமிழ்நாட்டில் ஒரு வீரத் தலைவர் மறைந்துவிட்டார். தமிழ் மக்களின் பண்புக்கே ஒரு சின்னமாக அவர் விளங்கினார்.

தேவரின் வாழ்க்கை
-சிறு பார்வை

தேவரின் சொத்துகள்

"தேவர் தனது சொத்துகளை 17 பாகங்களாகப் பிரித்து, அதில் ஒரு பங்கு மட்டும் தனக்கு வைத்துக் கொண்டார். மீதமுள்ள பதினாறு பங்குகளையும் மற்றவர்களுக்கு வாரி வழங்கினார். இதில், திருச்சுழியைச் சேர்ந்த மா.குருசாமி பிள்ளைக்கும், சிவகங்கை கல்லூரணியைச் சேர்ந்த முத்துராசு பிள்ளைக்கும் பங்குண்டு. தேவர் தனது சொத்தின் இரண்டு பங்குகளை வீரன் மற்றும் சந்நியாசி என்ற தாழ்த்தப்பட்ட சமுதாயத்தைச் சேர்ந்தவர்களுக்கு எழுதி வைத்திருந்தார்.

தேவரின் சொத்து விபரங்கள்

தேவர் இறக்கும்போது அவருக்குச் சொந்தமாக 32 கிராமங்கள் இருந்தன.

கமுதி வட்டம்

1. உட்கடை கல்லுப்பட்டி
2. உட்கடை காவல் பட்டி
3. மேலராமநதி
4. தவசிக் குறிச்சி
5. பசும்பொன்
6. செய்யாமங்கலம்
7. கோழி கொத்தி
8. நல்லூர் கூறிக்கோட்டம்
9. கடமங்கலம்
10. அபிராமம் தெரு
11. பாக்குவெட்டி
12. ஆலையூர்
13. காட்டுப்பக்குளம்
14. பெரிய உடையநாதபுரம்
15. நல்லூர் நெடுங்குளம்
16. கீழமுடி மன்னார் கோட்டை
17. வலையமுக்குளம்
18. குறையறாசித்தான்
19. வேதபுரம் செட்டிக்குளம்
20. காட்டு சோடயேந்தல்
21. தனாமடை
22. மணியக்காரன் பட்டி
23. செம்பைக்குளம்
24. நகரத்தார் குறிச்சி
25. கீழராமநதி
26. காக்குகுடி
27. மண்டல மாணிக்கம்

திருச்சுழி வட்டம்
28. சிட்டவண்ணாங்குளம்
29. நரிக்குடி
30. புளிச்சக்குளம்
31. வி.மணக்குளம்

அருப்புக்கோட்டை வட்டம்
32. மேல பார்க்குளம்
மொத்த நன்செய், புன்செய் நிலங்களின் அளவும 1832 ஏக்கர் 63 செண்ட்.

★ ★ ★

தேவரின் உயில்படி அவரின் சொத்துக்களை உரிமையாக்கிக் கொண்ட பதினாறு பேர்.

1. ஞா.வெள்ளைசாமித்தேவர், கல்லுப்பட்டி (தேவரின் பெரிய தாயாரின் மகன்)
2. சு.இராமச்சந்திரத்தேவர், கல்லுப்பட்டி
3. வெ.நாகநாதத் தேவர். தவசிக்குறிச்சி
4. நா.ஜானகி அம்மாள், கல்லுப்பட்டி (உறவு முறையில் சகோதரி)
5. த.வடிவேலம்மாள், குண்டுகுளம் (உறவு முறையில் சகோதரி)
6. ரா.தூரி இராமசாமித் தேவர். முதுகுளத்தூர்
7. ஏ.செல்லமுத்துத் தேவர், உடையனாதபுரம்
8. நல்லகுட்டித் தேவர், பசும்பொன்
9. ஆ.சின்னத்தம்பித் தேவர், பசும்பொன்
10. ரா.முத்துராசுப்பிள்ளை, கல்லூரணி
11. வீ.சன்னாசி குடும்பன், பசும்பொன் (அரிஜன்)
12. இ.வீரன்குடும்பன். பசும்பொன் (அரிஜன்)
13. அ.ரா.பெருமாள். அருப்புக்கோட்டை
14. வா. அய்யாசிவன், வீரசோழன்
15. குருசாமி பிள்ளை, திருச்சுழி
16. வே.முத்துச்செல்லத் தேவர், மதுரை

மேலே குறிப்பிட்டுள்ள 16 பேரில் வடிவேலம்மாள், ஜானகி அம்மாள், ராமச்சந்திர தேவர், அட்டெண்டர் முத்துச்செல்வம் ஆகிய

நான்கு பேர் தவிர்த்து மற்ற 12 பேர்கள் ஒன்றுகூடி, தேவர் எழுதி வைத்த சொத்துகளை, தேவரின் பெயரில் ஒரு தர்மஸ்தாபனம் நிறுவினர். அவர்களின் விருப்பப்படி ''பசும்பொன் திரு. உ. முத்து ராமலிங்கத் தேவர் நினைவு தர்ம பரிபாலன ஸ்தாபனம்'' என்பதைத் தொடங்கினர். அதன் தலைவராக வள்ளியூர் வி.எஸ்.சுப்பிரமணிய பாண்டியனையும், நிர்வாகக் குழுவினரையும் தேர்வு செய்து தர்மஸ்தாபனத்தைப் பதிவு செய்தனர்.

தர்மஸ்தாபனத்தை உருவாக்கிய 12 பேரும் பணக்காரர்கள் இல்லை. ''தேவர் சொத்து தேவருக்கே'' என்ற நல்ல எண்ணத்தில் தேவர் பெயரைப் பரப்புவதற்குப் பயன்படுத்தினர்.

கமுதி தேவர் கல்லூரியை உருவாக்க, காரியாப்பட்டி எம்.எல். ஏவான ஏ.ஆர்.பெருமாளும், முதுகுளத்தூர் எம்.எல்.ஏவாக இருந்த குண்டுகுளம் ரத்தினத் தேவரும், கமுதி யூனியன் சேர்மனாக இருந்த கே.எல்.எம்.ராமமூர்த்தியும் ஆரம்பத்தில் பெரு முயற்சி மேற்கொண்டனர். அதன்பிறகு மூக்கையாத் தேவர், ''தேவர் ஸ்தாபனத்திலே தொடங்குவோம்'' என்று கூறி, சுப்பிரமணிய பாண்டியன் தலைமையில் கமுதி தேவர் கல்லூரியை உருவாக்கினர்.

அன்றைய முதல் அமைச்சராக கலைஞர் கருணாநிதி கமுதி தேவர் கல்லூரிக்கு அடிக்கல் நாட்டினார். மூக்கையாத் தேவர் தலைமை வகித்தார்.

தேவருக்குப் பிறகு...

தேவர் ஒரு சாதனைத் தலைவர். அவரை ஒரு சாதிக்குப் தலைவராக்கும் முயற்சியைப் பலர் செய்துவருகிறார்கள். குறிப்பாக ஒடுக்கப்பட்ட மக்களின் எதிரியாக அவரைச் சித்திரிக்கும் பேச்சுகளைக் கேட்க முடிகிறது. என்றாலும், தமிழ்நாட்டின் தென்மாவட்டங்களில் ''பசும்பொன் தேவர்'' என்பது மந்திரச் சொல். இன்று தமிழ்நாட்டில் அரசியல்வாதிகளுக்கு அதுதான் ஓட்டு வங்கி.

நாடாளுமன்றத் தேர்தல் உட்பட தான் போட்டியிட்ட எல்லாத் தேர்தலிலும் வெற்றிபெற்ற தமிழ்த் தலைவர். அதே சமயம், தனது வேட்பாளருக்காக வாக்கு கேட்டு செல்பவர், தனக்காகச் செல்ல மாட்டார். ஆனால், தான் போட்டியிடும் அனைத்துத் தொகுதிகளிலும் வெற்றி பெறுபவர். தனது அரசியல் பயணத்தை காங்கிரஸ் உறுப்பினராகத் தொடங்கியபோதும், ஒருகட்டத்தில் காங்கிரஸை விமர்சிக்கத் தொடங்கி, பின்னர் எதிர்க்கத் தொடங்கினார். இறுதிவரைக்கும் காங்கிரஸ் எதிர்ப்பாளராக இருந்தார். காங்கிரஸ் கட்சியும் அவரை இறுதிவரை எதிரியாகவே பார்த்தது.

காங்கிரஸ் இந்திய சுதந்திரத்திற்காகப் போராடிய கட்சி. இந்தியா சுதந்திரம் அடைந்த பிறகு மகாத்மா காந்தி 'காங்கிரஸ் கட்சி'யை கலைக்க சொன்னார். ஆனால், நேரு கலைக்க மறுத்து காங்கிரஸை ஒரு அரசியல் கட்சியாக நடத்தினார். இன்று வரை காங்கிரஸ் இந்திய அளவில் பெரிய தேசியக் கட்சியாக இருக்கிறது.

1962 தேர்தலுக்குப் பிறகு பேசிய தேவர், அடுத்த தேர்தலில் காங்கிரஸ் பிழைக்கமுடியாது என்றார். அதுபோலவே, 1967 தேர்தலில் தமிழ்நாட்டில் காங்கிரஸ் கட்சி வீழ்த்தப்பட்டது. தி.மு.க வெற்றி பெற்று ஆட்சியைப் பிடித்தது. தமிழக முதலமைச்சராக அண்ணா பதவியேற்றார். அத்தோடு தமிழ்நாட்டில் காங்கிரஸ் ஆட்சி முடிவுக்கு வந்தது. இன்றுவரை அந்த நிலையில் மாற்றமில்லை.

தமிழகத்தின் பழம்பெரும் தலைவர்களான பெரியார், தேவர், ராஜாஜி மூவருக்கும் கொள்கை ரீதியாக, செயல்பாடு ரீதியாக பல வேறுபாடுகள் இருக்கலாம். ஆனால், இவர்களுக்குள் இரண்டு ஒற்றுமை இருக்கிறது. ஒன்று, இவர்கள் மூவருமே காங்கிரஸ் கட்சியில் இருந்தவர்கள். இரண்டு, காங்கிரஸ் கட்சியில் இருந்ததற்கும், ஆதரித்ததற்கும் பின்னாளில் வருந்தியவர்கள்.

இவர்கள் வருந்திய காலகட்டம் வெவ்வேறாக இருக்கலாம். ஆனால், வருத்தப்படாமல் இருக்கவில்லை என்ற உண்மையை இவர்கள் வாழ்க்கை வரலாறு சொல்கிறது.

★ ★ ★

ஒருவர் எப்படி வாழ்ந்தார் என்பதை அவருடன் வாழ்ந்த உறவுகள் சொல்வதில்தான் இருக்கிறது. ஒரு தலைவர் எப்படி வாழ்ந்தார் என்பதை அவர் காலத்தில் வாழ்ந்த மக்கள் சொல்வதில்தான் இருக்கிறது. தேவர் மறைந்து ஐம்பது வருடங்களுக்கு மேல் ஆகியும், மக்கள் அவரை நினைவில் வைத்து வணங்குகிறார்கள் என்றால் அதுதான் அவர் வாழ்ந்த வாழ்க்கையின் அர்த்தம்!

★ ★ ★

தேவரின் மறைவுக்குப் பிறகு தென்மாவட்டங்களில் தி.மு.க வளர்ச்சி அடைய தொடங்கியது. 1967ல் நடந்த சட்டமன்ற தேர்தலில் தி.மு.கவோடு ஃபார்வர்ட் பிளாக் கட்சி கூட்டணி அமைத்தது. அந்தத் தேர்தலில் இருந்து தி.மு.க கட்சிக்கு ஏறுமுகத்திலும் காங்கிரஸ் கட்சி இறங்குமுகத்திலும் இருந்தது. பின்னர் ஃபார்வர்ட் பிளாக் கட்சி தி.மு.க, அ.தி.மு.க ஆகிய கட்சி களுடன் மாறி, மாறி கூட்டணி அமைத்துக் கொண்டு, தேர்தல்களில் போட்டியிட்டு வருகிறது.

உசிலம்பட்டி சட்டமன்றத் தொகுதியில் அக்கட்சியைச் சேர்ந்த வேட்பாளர்கள் அல்லது ஆதரவாளர்களே தொடர்ந்து வெற்றிபெற்று வருகின்றனர். 1991, 2006 தேர்தலில் மட்டும் அ.தி.மு.க வெற்றிபெற்றது.

★★★

தேவரின் பிறந்த நாளான அக்டோபர் 30ம் தேதி "தேவர் ஜெயந்தி" என்ற பெயரில் கொண்டாடப்படுகிறது. அன்று, குருபூஜை விழா சிறப்பாக நடைபெறும். பல்லாயிரக்கணக்கான மக்கள் கலந்து கொள்வார்கள். அன்னதானம் வழங்கப்படும். 1990ஆம் ஆண்டுக்குப் பிறகு, இந்த குருபூஜையில் தமிழகத்தின் அனைத்து அரசியல் கட்சித் தலைவர்களும் பங்கேற்று வருகிறார்கள்.

தேவர் நூற்றாண்டு விழாவில் நடந்த குருபூஜையில் மட்டும் ஐம்பதாயிரத்துக்கும் மேற்பட்டவர்களுக்கு அன்னதானம் வழங்கப்பட்டது. இரவு 2 மணி வரை நிகழ்ச்சிகள் நடந்தன. உண்மையில், தேவரின் குருபூஜை தென்மாவட்டங்களில் ஒரு குறிப்பிடத்தக்க அரசியல் நிகழ்வாக அமைந்திருக்கிறது என்றுதான் சொல்லவேண்டும்.

★★★

தேவரின் நூற்றாண்டு விழா 2007 - 2008ல் கொண்டாடப்பட்டது. அந்த விழாவில் நடந்த சில முக்கிய நிகழ்ச்சிகள்.

1. மதுரையில் அரசு சார்பில் நூற்றாண்டு விழா சிறப்புமலர் வெளியிடப்பட்டது. இதில் ஜனாதிபதி முதல் முதல்வர் வரை பலரது வாழ்த்துரைகளும் 60 கட்டுரைகளும் இடம்பெற்றன.
2. அ.இ.அ.தி.மு.க பொதுச்செயலாளர் ஜெயலலிதா தேவருக்கு மதுரையில் 100 அடி உயர சிலை வைத்திட அடிக்கல் நாட்டினார்.
3. சென்னையில் பல்வேறு அமைப்புகளைச் சேர்ந்தவர்கள் தேவர் சிலைக்கு மாலை அணிவித்தனர்.
4. தேவரைப் பற்றிப் பல புத்தகங்கள் வெளியிடப்பட்டன.

★★★

தேவர் வாழும்போதும் சரி, இறந்த பிறகும் சரி, தமிழ்நாட்டு அரசியலில் அவருக்கென்று தனி இடமுமுண்டு. அவர் மறைந்த பிறகு அவர் கொள்கையை விரும்பாதவர்கள் கூட அவர் சிலைக்கு மாலை போடுவதை நாம் பார்த்துக்கொண்டிருக்கிறோம். எல்லா அரசியல் கட்சிகளுக்கும் "தேவர்" என்ற பெயர் தேவைப்படுகிறது. ஆக, தமிழ்நாட்டில் முத்துராமலிங்கத் தேவர் அசைக்க முடியாத அரசியல் சக்தி என்பதில் எந்தச் சந்தேகமுமில்லை.

"என்னுடைய உயிர் போய் விடுவதால் தமிழ்நாடு ஒன்றும் கஷ்டப்பட்டுப் போய்விடாது. பல முத்துராமலிங்க தேவர்களை உற்பத்தி பண்ண முடியாத மலடி அல்ல பாரதமாதா"

- அக்டோபர் 30, 1908. உக்கிரபாண்டியத் தேவருக்கும், இந்தி ராணி அம்மையாருக்கும் மகனாகப் பிறந்தார்.
- அவரது தாயார் இந்திராணி அம்மையார் 28.04.1909 அன்று காலமானார்.
- 1910ல் தேவரின் தந்தை உக்கிரபாண்டியத் தேவர் மேலும் இரண்டு பெண்களைத் திருமணம் செய்து கொண்டதால் பாட்டியின் அரவணைப்பில், கல்லுப்பட்டியில் வளர ஆரம்பித்தார் தேவர்.
- 'குறையற வாசித்தான் பிள்ளை' என்கிற ஆசிரியரிடம் ஆரம்பக் கல்வியைக் கற்ற பிறகு, தஞ்சாவூர் வாத்தியாரிடம் ஆங்கிலமும் தமிழும் கற்றார்.
- ஜூலை 1917ல், கமுதி அமெரிக்க மிஷன் பள்ளியில் மூன்றாம் வகுப்பில் சேர்ந்தார்.
- 1920ல் பசுமலை அமெரிக்க மிஷன் பள்ளியில் உயர்நிலைக் கல்வி கற்பதற்காகச் சேர்ந்தார்.
- சேதுபதி அரசர் அழைப்பை ஏற்று ராமநாதபுரத்தில் இருக்கும் உயர்நிலைப் பள்ளியில் ஆறாம் படிவம் என்கிற இறுதிப்படிப்பில் சேர்ந்தார். ராமநாதபுரம் மாவட்டத்தில் பரவிய பிளேக் நோய் காரணமாகவும் வேறு பல காரணங்களாலும் அவரது கல்வி பாதியில் நின்றது.
- தனது சொத்துகளை தந்தை உக்கிரபாண்டியத் தேவர் தகாத முறையில் செலவழிப்பதைத் தடுப்பதற்காக அவர் மீது வழக்கு தொடர்ந்தார்..
- 1927ல் வழக்கறிஞர் டி. ஸ்ரீநிவாச ஐயங்காரிடம் அறிமுகமானார். நேதாஜி சுபாஷ் சந்திரபோஸை முதன்முதலாக நேரில் சந்தித்தார். அவரைத் தன் மானசீகத் தலைவராக ஏற்றுக்கொண்டார்.
- ஆறு ஆண்டுகளாக தந்தைக்கு எதிராக நடந்த சொத்து வழக்கில், தேவருக்கு சாதகமாகத் தீர்ப்பு அமைந்து, எல்லாச் சொத்துக்களும் அவர் பெயருக்கு வந்தன.
- 1932ல் முதுகுளத்தூர் பகுதியில் நடந்த கள்ளுக்கடை மறியல் போராட்டத்துக்கு ஆதரவு கொடுத்தார்.

- ஜூன் 23, 1933ல் சாயல்குடியில் நடந்த சுவாமி விவேகானந்தர் வாசக சாலை ஆண்டு விழாவில், தேவர் தன் முதல் சொற்பொழிவை ஆற்றினார்.
- 1934ல் குற்றப் பரம்பரைச் சட்டத்துக்கு எதிராகப் போராட்டம் நடத்தினார்.
- 1935. கோவையில் நடந்த காங்கிரஸ் மாநாட்டில் தேவர் கலந்துகொண்டார்.
- 1936ல் முதன் முதலாகப் பர்மாவுக்குப் பயணம் செய்தார். அங்கு இந்திய தேசியக் கொடியேற்றிப் பேசினார்.
- 1936ல் நடந்த ஜில்லா போர்டு தேர்தலில் காங்கிரஸை ஆதரித்து பிரசாரம் செய்தார். முதுகுளத்தூர் பகுதியில் காங்கிரஸ் சார்பில் நின்று வெற்றிபெற்றார்.
- 1937ல் காங்கிரஸ் வேட்பாளராக சட்டமன்றத் தேர்தலில் ராமநாதபுரம் சட்டமன்ற தொகுதியில் போட்டியிட்டார். அவரை எதிர்த்துப் போட்டியிட்டவர் ராமநாதபுரம் அரசர் சண்முக ராஜேஸ்வர சேதுபதி. தேவருக்கு எதிராக ''வாய்ப் பூட்டுச் சட்டம்'' போட்டு மேடைகளில் பேசக் கூடாது என்று ஆங்கிலேயர் அரசு தடை விதித்திருந்தது. அதன்பிறகும், அந்தத் தேர்தலில் தேவர் வெற்றிபெற்றார்.
- ஜூன் 16, 1938ல் தேவரின் தந்தை உக்கிரபாண்டியத் தேவர் காலமானார்.
- அக்டோபர் 15, 1938ல் பசுமலை மகாலட்சுமி மில் தொழிலா ளர்கள் வேலை நிறுத்தத்துக்குக் காரணமாக இருந்தார் என்ற காரணத்துக்காகத் தேவர் கைது செய்யப்பட்டார்.
- 1939ல் மதுரை நெசவாலைத் தொழிலாளர் வேலை நிறுத்தத்துக்கு தேவர் காரணம் என்று கைது செய்யப்பட்டார்.
- பிப்ரவரி 15 1939ல் திருப்பரங்குன்றத்தில் ஒரு மாநாட்டை நடத்தினார். குற்றப்பரம்பரைச் சட்டத்தை நீக்க பெரிய ஊர்வல மாகச் சென்று, மதுரைக்கு வந்திருந்த ராஜாஜியிடம் மனு கொடுத்தார்.
- 1939. ஃபார்வர்ட் பிளாக் அமைப்பை நேதாஜி தொடங்கினார். அதன் தமிழகக் கிளைக்கு தேவர் தலைவரானார். தமிழகத்திற்கு வந்த நேதாஜி, தேவருக்கு 'தென்னாட்டு போஸ்' என்ற பட்டத்தைக் கொடுத்தார்.

- *1939ல் தேவர் மதுரையைவிட்டு எங்கும் போகக்கூடாது என்ற தடையை மீறி, ரயிலில் சொந்த ஊருக்குச் சென்றார். அதனால், தேவர் திருபுவனத்தில் கைது செய்யப்பட்டு, திருச்சி சிறையில் அடைக்கப்பட்டார்.*

- *திருச்சி சிறையில் இருந்து விடுதலையான தேவர், சிறை வாசலிலேயே மீண்டும் கைது செய்யப்பட்டு வேலூர், அலிபுரம், ராஜமுந்திரி, அமராவதி என்று பல சிறைகளுக்கு மாற்றப்பட்டார்.*

- *ஜூன் 22, 1942. தேசியளவில் ஆங்கிலேய அரசு ஃபார்வர்ட் ஃபிளாக் கட்சியைத் தடை செய்தது.*

- *1946ல் நடந்த சட்டமன்ற தேர்தலில், முதுகுளத்தூர் தொகுதியில் போட்டியின்றி வெற்றிபெற்றார்.*

- *பிப்ரவரி, 1948 காங்கிரஸுடன் தொடர்பில்லாமல் ஃபார்வர்ட் பிளாக் தனிக் கட்சியாக உருவானது.*

- *1948ல் ஜில்லா போர்டு தேர்தலில் ஃபார்வர்ட் பிளாக் கட்சி வேட்பாளர்களைக் காங்கிரஸுக்கு எதிராக நிறுத்தி, கமுதி, சாயல்குடி இரண்டு தொகுதிகளிலும் வெற்றி பெற வைத்தார்.*

- *டிசம்பர் 1949ல் நேதாஜியின் சகோதரர் சரத் சந்திர போஸ் அழைப்பின் பேரில், கல்கத்தாவுக்குப் போனார்.*

- *1952ல் நடந்த பொதுத் தேர்தலில் பெரியாரும், தேவரும் ஒரே மேடையில் காங்கிரஸுக்கு எதிராகப் பிரச்சாரம் செய்தார்கள். அருப்புக்கோட்டை நாடாளுமன்றத் தொகுதியிலும், முதுகுளத்தூர் சட்டமன்றத் தொகுதியிலும் போட்டியிட்டு இரண்டிலும் வெற்றி பெற்றார் தேவர்.*

- *1955ல் தேவர் மீண்டும் பர்மாவுக்குப் பயணம் செய்தார்.*

- *1957ல் பொதுத் தேர்தல், ஸ்ரீ வில்லிப்புத்தூர் நாடாளுமன்றத் தொகுதியிலும், முதுகுளத்தூர் சட்டமன்ற தொகுதியிலும், போட்டியிட்டு இரண்டிலும் தேவர் வெற்றிபெற்றார்.*

- *முதுகுளத்தூர் இடைத்தேர்தல் முடிவில் கலவரம் வெடித்தது.*

- *செப்டம்பர் 10, 1957ல் முதுகுளத்தூர் வட்டாட்சியர் அலுவலகத்தில் நடந்த அமைதிப் பேச்சுவார்த்தையில் தேவர் கலந்து கொண்டார்.*

- *செப்டம்பர் 11, 1957ல் பரமக்குடியில் இம்மானுவேல் தேவேந்திரர் படுகொலை செய்யப்பட்டார்.*

- *செப்டம்பர் 28, 1957. இம்மானுவேல் கொலைக்காகவும், ஜாதி கலவரத்தைத் துண்டிவிட்டதற்காகவும் மதுரையில் தேவர் கைது செய்யப்பட்டார்.*
- *ஜனவரி 7 1959 அன்று இம்மானுவேல் கொலைக்கும் தேவருக்கும் எந்த தொடர்பில்லை என்று தீர்ப்பாகி, விடுதலை யானார்.*
- *17 பிப்ரவரி 1959, நாடாளுமன்றத்தில் தேவர் உரையாற்றினார்.*
- *14 ஜனவரி, 1962ல் தனது இறுதி மேடை உரையை நிகழ்த்தினார்.*
- *1962. பொதுத் தேர்தல் அருப்புக்கோட்டை நாடாளுமன்றத் தொகுதியில் வேட்பாளராக நின்று வெற்றி பெற்றார்.*
- *29 அக்டோபர் 1963... அதிகாலை ஐந்து மணிக்கு உடல்நலக் குறைவால் காலமானார்.*

30 அக்டோபர் 1963. அன்று மாலை தேவரின் பிறந்த நாளில் அவரது உடல் அடக்கம் செய்யப்பட்டது.

அக்டோபர் 1, 2002 நாடாளுமன்ற வளாகத்தில் இந்திய குடியரசுத் தலைவர் திரு.ஏ.பி.ஜே.அப்துல்கலாம் தேவரின் திரு உருவச்சிலையைத் திறந்து வைத்தார். அந்த நிகழ்ச்சியில் நாடாளுமன்ற சபாநாயகர், பிரதமர், துணைப்பிரதமர், அமைச்சர்கள் மற்றும் அனைத்துக் கட்சி பிரமுகர்களும் கலந்து கொண்டனர்.

தேவர் கண்ட தேர்தல் களங்கள்

தேவர் அவர்கள் போட்டியிட்ட எல்லாத் தேர்தலிலும் வெற்றி கண்டவர்.

முதுகுளத்தூர்

ஆண்டு	தேர்தல்	எதிர்த்து நின்றவர்	முடிவு
1936	ஜில்லா போர்டு	எதிர்ப்பில்லை	வெற்றி
1946	சட்டப் பேரவை	எதிர்ப்பில்லை	வெற்றி
1952	சட்டப் பேரவை	சண்முகசுந்தரம் - காங்கிரஸ்	23,465 வாக்குகள் வித்தியாசத்தில் வெற்றி
1957	சட்டப் பேரவை	சின்னையா சேர்வை - காங்கிரஸ்	20,566 வாக்குகள் வித்தியாசத்தில் வெற்றி

இராமநாதபுரம்

| 1937 | சட்டப் பேரவைத் தேர்தல் | இராமநாதபுரம் மன்னர் சண்முக ராஜேஸ்வர நாதநாத சேதுபதி - நீதிக்கட்சி | வெற்றி |

அருப்புக்கோட்டை நாடாளுமன்றத் தொகுதி

ஆண்டு	தேவர் பெற்ற வாக்குகள்	எதிர்த்து நின்றவர் பெற்ற வாக்குகள்	முடிவு
1952	90,512	எம்.ஜி.மொகைதீன் (காங்) 70,724	வெற்றி
1962	1,75,728	ஆறுமுகசாமி நாடார் (காங்) 1,55,919	வெற்றி

ஸ்ரீவில்லிபுத்தூர் நாடாளுமன்றத் தொகுதி

| 1957 இரட்டை அங்கத்தினர் தொகுதி | 2,06,999 | ஆர்.எஸ்.ஆறுமுகம் (காங்) 1,67,676 | வெற்றி |
| | ஏ.வேலு (பா.பிளாக்) 1,33,996 | எஸ்.எஸ்.நடராஜன் (காங்) 1,50,000 | தோல்வி |

நூல் குறிப்பு
உதவிய நூல்கள்

1. தேவர் ஒரு வாழ்க்கை - பாலு சத்யா, கிழக்கு பதிப்பகம்
2. சட்டப் பேரவையில் பசும்பொன் தேவர் - கே.ஜீவபாரதி, குமரன் பதிப்பகம்
3. பசும்பொன் தேவரின் மேடை முழக்கம் - கே.ஜீவபாரதி, குமரன் பதிப்பகம்
4. பசும்பொன் தேவரின் கட்டுரைகள் - கே.ஜீவபாரதி, குமரன் பதிப்பகம்
5. பசும்பொன் தேவரும் திராவிட இயக்கங்களும் - கே.ஜீவபாரதி, குமரன் பதிப்பகம்
6. பசும்பொன் தேவரின் வரலாற்றுச் சுவடுகள் - முனைவர் பேரா.க.செல்வராஜ், நக்கீரன் வெளியீடு
7. பசும்பொன் சரித்திரம் - பேரா. காவ்யா சண்முகசுந்தரம், காவ்யா பதிப்பகம்
8. முடிசூடா மன்னர் பசும்பொன் முத்துராமலிங்கத் தேவர் - ஏ.கே.பெருமாள், குமரன் பதிப்பகம்
9. பசும்பொன் தேவரின் அரசியல் முழக்கம் - க.பூபதி ராஜா, பசும்பொன் தேவர் ஆன்மீக மனித நேய நலச்சங்கம்.
10. முதுகுளத்தூர் கலவரம் - தினகரன்

ஆவணப்படம்

1. பசும்பொன் உ.முத்துராமலிங்கத் தேவர் - உசிலை பிரன் மலைக்கள்ளர் வலைதளம் குழு
2. ரேகை - ஆவணப்படம்

இணையதளம்

http://en.wikipedia.org/wiki/U._Muthuramalingam_Thevar

http://www.devaronline.com

http://www.thevar.co.in

http://moovendar.blogspot.com

http://en.wikipedia.org/wiki/Muthuramalinga_Thevar_district

குறிப்புகளுக்காக